AA000900

अभिप्राय

बंदिवासातील 'मुक्त' कथन

साहित्य सूची जानेवारी, २०११

गुन्हेगारी हा जसा चिंतेचा विषय आहे, तसा संशोधनाचाही विषय आहे. पण इथे फक्त संशोधन करूनही भागत नाही, तर त्यावर कामही करावे लागते. चांगल्या घरातील लोक गुन्हेगार का होतात? या प्रश्नाचे उत्तर शोधण्याचा हा प्रयत्न आहे. जन्मठेपेची शिक्षा उपभोगत असलेल्यांना आता काय वाटते? आणि काय करायची इच्छा आहे हे या पुस्तकात लेखिका गिरिजा कीर यांनी सांगितले आहे.

सकाळ, पुणे, २०-११-२०१०

प्रकाशाचा ध्यास देण्यासाठी त्यांची धर्माची केवळ नव्हे तर त्यांच्या विश्वासाची- मानसिक आधाराची- हृदयातील कोवळीक- सुजाणता, सुसंस्कारित संयमितता दृढ करणारी गिरिजा किर यांच्या या ललित लेखातून काळजाला भिडणारी त्यांची आत्मीयता त्यांच्या महामानवतेचीच साक्ष झाली आहे.

वाचायलाच हवं आणि माणूस घडवण्यासाठी सहभागी व्हायला हवं अशीच प्रेरणा जागवणारी ही जन्मठेप- गांधारीच्या कौरवांना- सत्त्वशील युधिष्ठिराच्या प्रकाशमार्गाने नेणारी!

दै. सामना, रविवार १/५/२०११

जन्मठेपेची शिक्षा झालेल्या कैद्यांशी संवाद

सात जणांच्या अनुभवातून जन्मठेप साकारले हे केवळ शब्दबंबाळ पुस्तक नसून माईंचा एक प्रकल्प आहे. तो समाजाला गुन्हेगारांकडे पाहण्याचा नवा दृष्टिकोन देईल. क्षमा हे सर्व धर्मांचे मूलतत्त्व आहे.

सुसंस्कारित, शिक्षित मुलं गुन्हेगारीकडे का वळतात? कुठलं आकर्षण वाटतं की काही आमिष दाखवलं जातं? त्यांची मनं दुबळी असतात का? कशामुळे? ही प्रवृत्ती तात्पुरती टिकते की दिर्घकाळ, मुळात कुटुंब व्यवस्थेत काही उणिवा आहेत का? वडीलधाऱ्यांचं दडपण? कुसंगती? त्याची दहशत? पैशामागे लागलेले आई-वडील मुलांना खोटी स्वप्न देतात का? पैसा हेच जीवनाचं अंतिम ध्येय वाटल्यानं नैराश्य वाट्याला येतं का?

शरीर ही प्रदर्शनाची वस्तू समजून तिची किंमत वसूल करणाऱ्या मुली मानसिक प्रदूषणाला कारणीभूत आहेत. उत्तान दृश्यं तरुण मनाला चाळवतात, तर पैशामागे लागलेले आई-वडील मुलांपुढचे आदर्श नष्ट करतात त्यातून आज सत्तेसाठी चालणारी साठमारी पाहिली की प्रश्न पडतो, या मुलांपुढे आपण कोणती श्रद्धास्थानं ठेवणार आहोत?

ज्यांचा सूर्य मावळला आहे तेच आज प्रकाशाचा शोध घेताहेत. स्वत:ची दिवली घेऊन मार्ग काढताहेत. शिक्षा भोगून तावून सुलाखून निघालेले हे तरुणच मनातल्या श्रद्धांना झळ पोचू देत नाहीत. त्यांना चांगलं व्हायचंय. आपण आपला आश्वासक हात पुढे केला पाहिजे.

तरुण भारत - ६/२/२०११

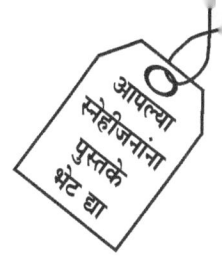

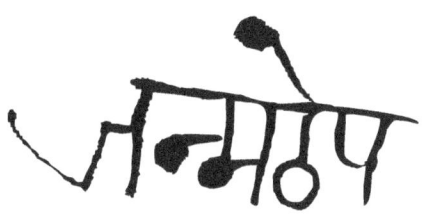

जन्मठेप

गिरिजा कीर

मेहता पब्लिशिंग हाऊस

All rights reserved along with e-books & layout. No part of this publication may be reproduced, stored in a retrieval system or transmitted, in any form or by any means, without the prior written consent of the Publisher and the licence holder. Please contact us at **Mehta Publishing House,** Pune 411030.

© +91 020-24476924 / 24460313

Email : production@mehtapublishinghouse.com

Website : www.mehtapublishinghouse.com

◆ *या पुस्तकातील लेखकाची मते, घटना, वर्णने ही त्या लेखकाची असून त्याच्याशी प्रकाशक सहमत असतीलच असे नाही.*

JANMATHEP by GIRIJA KEER

जन्मठेप : गिरिजा कीर / ललित लेख

© डॉ. संजय उमाकान्त कीर

Email : author@mehtapublishinghouse.com

प्रकाशक : सुनील अनिल मेहता, मेहता पब्लिशिंग हाऊस,
१९४१ सदाशिव पेठ, माडीवाले कॉलनी, पुणे – ४११०३०.

मुखपृष्ठ : चंद्रमोहन कुलकर्णी

प्रकाशनकाल: सप्टेंबर, २०१० / मार्च, २०१३ / पुनर्मुद्रण : सप्टेंबर, २०२१

P Book ISBN 9788184981599
E Book ISBN 9789353170301
E Books available on : play.google.com/store/books
www.amazon.in
https://books.apple.com

माननीय श्री. दलिचंद जैन (दलुभाऊ)
आपणांस आदरपूर्वक अर्पण

समाजकार्यात आपलं पाऊल नेहमीच पुढं आहे. गरीब रुग्णांसाठी आपण
देऊ करत असलेला 'हात' त्यांना परमेश्वरासमान वाटतो.
असे देणारे हात ही आजच्या समाजाची गरज आहे.

गिरिजाताई

कृतज्ञता

येरवडा जेल - पुणे

आग्वाद जेल - गोवा

आधारवाडी जेल - कल्याण

येथील सर्व अधिकारी-वर्ग. या सर्वांनी मला दिलेली सौजन्यपूर्ण वागणूक माझ्या नेहमीच स्मरणात राहील.

सात

ज्यांचा सूर्य मावळला आहे

गेली दहा वर्षं मी जन्मठेपेच्या कैद्यांच्या संपर्कात आहे. हा संशोधनात्मक प्रकल्प जेव्हा मी हाती घेतला तेव्हा माझ्या कल्पना सुस्पष्ट होत्या. आराखडा तयार होता.

यापूर्वी उन्मार्गी स्त्रिया आणि मुलं यांच्या संदर्भात मी असं काम केलं होतं. जवळजवळ दीड हजार पानांची जजमेन्ट्स अभ्यासली होती. त्या हकिकतीतून कथा तयार केल्या होत्या.

कामगार स्त्रियांचं जगणं समजून घेण्यासाठी महाराष्ट्रातल्या अनेक झोपड्या मी पालथ्या घातल्या होत्या. त्या निरीक्षणातून, संवादातून लेखन केलं होतं. ('इथं दिवा लावायला हवा') एका पुस्तकामुळं समाज जागा होत नाही. त्यासाठी आयुष्य वेचावं लागतं; वर्षं घालवावी लागतात. ही प्रगल्भ जाण यायलाही काही काळ जावा लागला.

गुन्हेगारी हा विषय संशोधनाचा होऊ शकतो. असं संशोधन विद्वानांची प्रशस्ती मिळवतं, पण त्या विषयाशी जोडलेल्या व्यक्ती मात्र कोरड्याच राहतात. या अभ्यासातून काही कागदी निष्कर्ष काढता येतात, पण त्यातून अपेक्षित हेतू साध्य होत नाही. शिवाय समष्टीचं दुःख सामूहिक स्वरूपात मांडलं जातं. त्यात व्यक्तिगत संवादाचा अभाव असतो. इथं लिहिणाऱ्याच्या विद्वत्तेचा कस लावला जातो, पण संबंधितांच्या वेदना अस्पर्शच राहतात.

या अनेक बाबी लक्षात घेऊनच मी माझ्या विषयाची रूपरेषा निश्चित केली. त्याच वेळी मी स्वतःवर काही मर्यादाही घालून घेतल्या. गुन्हा आणि गुन्हेगारी यांचं स्वरूप जगड्व्याळ आहे. त्याचं संशोधन हे एका व्यक्तीच्या आवाक्यातलं नाही. मी 'सुशिक्षित गुन्हेगार' हा गट निवडला. पुन्हा तो मध्यम आणि कनिष्ठ मध्यम वर्गातलाच घेतला. कारण सामान्यपणे ही मुलं चांगल्या संस्कारातली, पाप-पुण्याच्या कल्पनांचा पगडा असलेली, शिक्षित, पापभिरू अशी असतात. चोरट्या मनानं काही करून बसतात आणि या अविवेकी कृत्यानं जन्माचे गुन्हेगार ठरतात.

हा विषय माझ्या चिंतनाचा ठरला, त्याला मूळ कारण सुहास जोशी हा तरुण. येरवडा जेल (पुणे) मधल्या या बंद्याच्या पत्रामुळं हा प्रश्न माझ्या मनात निर्माण झाला. वाढत्या पत्रव्यवहाराबरोबर गुन्ह्याचं स्वरूप समजत गेलं. अनेक प्रश्न मला भेडसावू लागले. त्यांची उत्तरं शोधण्याच्या धडपडीत मी या विषयात गुरफटत गेले. मग हा केवळ संशोधनाचा विषय न राहता एक मन विस्कटून टाकणारा विषय झाला. संशोधनातून विषयाचं स्वरूप आणि व्याप्ती स्पष्ट होते; ते ज्ञानात भर घालतं, पण मनाशी नातं जोडत नाही. सृजनात्मक लेखन करणारा लेखक त्या विषयात गुंतत जातो. अलिप्त नाही राहू शकत.

माझ्यापुढे अनेक प्रश्न उभे राहिले -

१) सुसंस्कारित, शिक्षित मुलं गुन्हेगारीकडे का वळतात?
२) कुठलं आकर्षण वाटतं की काही आमिष दाखवलं जातं?
३) त्यांची मनं दुबळी असतात का? कशामुळं?
४) ही प्रवृत्ती तात्पुरती टिकते की दीर्घ काळ?
५) मुळात कुटुंबव्यवस्थेत काही उणिवा आहेत का?
६) वडीलधाऱ्यांचं दडपण?
७) कुसंगती? त्याची दहशत?
८) पैशामागे लागलेले आई-वडील मुलांना खोटी स्वप्नं देतात का?
९) पैसा हेच जीवनाचं अंतिम ध्येय वाटल्यानं नैराश्य वाट्याला येतं का?

असे अनेकानेक प्रश्न घेऊन मी त्या जगाकडे वळले. सुरुवातीची तीन-साडेतीन वर्षं पत्रव्यवहार, त्यातून संवाद; तीव्र बुद्धीचा सुशिक्षित सुहास माझ्याशी व्यापक चर्चा करू लागला. सामाजिक प्रश्न, आजची राजकीय स्थिती, कैद्यांची मानसिकता या अनेक विषयांवर तो लिहीत असे. सवर्णांच्या घरातून आलेल्या अशा अनेक मुलांना समजून घेणं मला आवश्यक वाटू लागलं. सुहासचा एक पाच-सहा मुलांचा गट होता. त्यांनी माझी पुस्तकं वाचली. पत्रं वाचली. जगानं टाकलेल्या या मुलांना मायेचं माणूस ही अपूर्वाई होती. ही मुलं माझ्याशी जोडली गेली. पहिल्या दीर्घ भेटीनंतर या मुलांनी मला आईपण दिलं.

ही जबाबदारी लहान नव्हती. एखादा दिवस लेखनासाठी त्यांच्या संगतीत घालवणं किंवा वृत्तपत्रांतून प्रसिद्धी मिळवणं या गोष्टी मिरवायला ठीक असतात; मला हे मान्य नव्हतं.

व्यक्तिगत बिल्ले मिरवण्यापेक्षा त्यांच्या व्यथेचं रूप समजून घेणं, त्यांच्या वेदनेशी समरस होणं, ती सर्वदूर पोचवणं, त्यांच्याविषयी (केवळ सहानुभूती नव्हे) आत्मभाव निर्माण करणं आणि त्यांचंही (समाजाचं) हृदयपरिवर्तन करणं मला निकोप समाजासाठी गरजेचं वाटू लागलं. शिवाय मी त्या मुलांच्या दुःखापासून स्वतःला अलग ठेवू शकत नव्हते.

मी जात राहिले. भेटत-बोलत राहिले. पुस्तकं, राख्या, भेटकार्डं पाठवत गेले. त्यांच्यावर सातत्यानं लिहून समाजजागृतीचंही काम (तीळभर का होईना) करत राहिले. त्याचं चांगलं प्रत्यंतरही आलं.

पिंपरी-चिंचवड इथं झालेल्या बालकुमार साहित्य संमेलनात माझी प्रदीर्घ मुलाखत झाली आणि त्यात बरेचसे प्रश्न या कामाबद्दलच विचारले गेले.

'वसुंधरा-आई' या संस्थेनं टिळक स्मारक मंदिर, पुणे इथं कार्यक्रम ठेवून माझं आईपण अधोरेखित केलं. लोकसत्ता आणि इंडियन एक्सप्रेस, पुणे यांनी छायाचित्रासह प्रसिद्धी दिली. त्या तरुणांना ही नोंद फार भावली. प्रसिद्धिमाध्यमांचा इष्ट परिणाम होतो हे प्रकर्षानं जाणवलं.

पुढच्या काळात (तीन वर्षं) घडलेल्या संवादातून अनेक महत्त्वाचे निष्कर्ष हाती आले –

१) या मुलांना जगायचंय. चांगला नागरिक म्हणून जगायचंय.
२) अविवेकानं घडलेल्या चुका त्यांना मान्य आहेत. त्याचा पश्चात्ताप त्यांना होतोय.
३) चित्रपट (दूरदर्शनवरचे) पाहून त्यांच्या डोळ्यांपुढे जे फसवं चित्र तयार झालं होतं ते आता पुसलं गेलंय. पडद्यावरचा हीरो, त्याची मारामारी, त्याची अफाट संपत्ती, सुखासीन जिणं (खून करूनही), त्याची बाजू सत्य असल्यानं त्याचा विजय होणं या सर्व गोष्टी भ्रामक आहेत याची जाण आली आहे.
४) घरची सामान्य स्थिती, ओढाताण आणि त्यातून केलेलं स्वप्नरंजन.
५) आसपासचं चैनी जीवन आणि त्याच्या आकर्षणामुळं गुन्हेगारीकडे वळणं.
६) घरच्यांचे अतिरेकी लाड आणि भविष्याविषयी अवाजवी अपेक्षा.
७) शिक्षणावरचा अविश्वास, मूल्यविचारांचा ऱ्हास.
८) मोठ्या कुटुंबातलं दुर्लक्ष, वाढत्या वयातलं एकाकीपण, त्यातूनच वाढीला लागलेली कर्तव्यशून्यता, आळस.
९) अति संवेदनशीलता, त्यातून 'मी'भोवती विणला गेलेला कोश.

१०) अश्रद्ध, दिशाहीन जगणं.

आजच्या एकूणच विस्कटलेल्या समाजामागे ही कारणपरंपरा आहे. ही मुलं मुळात गुंड प्रवृत्तीची किंवा वाईट नाहीतच. अनेक वेळा अन्याय सहन न होऊन निकरानं प्रतिकार केला गेला आणि काही घडून गेलं. त्याचे दूरगामी परिणाम भोगावे लागले तेव्हा जमीन दुभंगली. एकटेपण मनाला छेदून-भेदून गेलं. आपल्याला नातं नाही, मित्र नाहीत, समाजानं दूर सारलंय ही क्लेशकारक सत्यस्थिती त्यांना केलेल्या कृत्याची जाण देऊन गेली. शिक्षेपेक्षा जगणं भयंकर वाटू लागलं.

कित्येकांची तक्रार ही की, मी काही केलंच नाही. माझ्यावर गुन्हा लादला गेलाय. कुणाचंतरी पाप माझ्या माथ्यावर पुराव्याअभावी मारलं गेलंय.

त्या सर्वांना एकाकीपण व्यापून राहिलंय. आपण जगाला नको आहोत ही जाणीव भयकारी वाटते. मी हीच नस पकडली.

'कुणी नाही का म्हणता? मी आहे ना! तुमचं एक छान जग निर्माण करा. एकमेकांना प्रेम द्या.'

मी कुणासाठी शब्द टाकला नाही की खटपट केली नाही. त्यांना फक्त जगण्याचं मानसिक सामर्थ्य दिलं; त्यांची धर्माची आई होऊन. त्या दृष्टीनं परवा आलेलं सुहासचं पत्र इथं उद्धृत करते -

'...आमची गिरिजाताई स्वस्थ, सुदृढ असावी ही आम्हा सर्वांची परमेश्वराजवळ प्रार्थना. आम्हाला हसतमुख राहण्याचा संदेश देणारी ताई लळा लावते, हे आयुष्यभर अप्रूप वाटून राहतंय. शिक्षेमधल्या बंदी मायेचे दोन शब्द अपेक्षितो आणि आईच्या मायेनं आपण मदर टेरेसाएवढ्याच आम्हाला मोठ्या वाटताहात. मोठे ऋण आहेत हे, जे शब्दात बांधता येणार नाहीत...'

मला अनेक पत्रकारांनी विचारलं, "तुम्ही त्यांच्या पुनर्वसनाचा विचार केला आहे का?" मला हा प्रश्न फार अपरिपक्व वाटला. सरकारी कामाच्या संदर्भात विचारायचा कोरडा प्रश्न.

जे काही करायचं ते तुम्ही! आम्ही फक्त प्रश्न विचारणारे, टीका करणारे, तुमचे पहारेकरी!

का रे बाबांनो? तुमची कुणाची कसलीही नैतिक जबाबदारी नाही? तुमच्या हातात फक्त प्रश्नांची छडी? ही तरुण पिढी या समाजाची, या देशाची, या भूमीची कुणीही नाही?

पुनर्वसन ही एकट्या-दुकट्याची कामगिरी नाही की निव्वळ सरकारची जबाबदारी नाही. पैसे टाकून वस्तू विकत घेता येतात, माणसाचं मन नाही. सरकार हा कुणी एक माणूस नव्हे. या कैद्यांना स्वीकारायला हवंय ते समाजानं. हा स्वीकार दयेपोटी नव. ही आपली मुलं आहेत, आपली भावंडं आहेत या आत्मभावनेनं हवा. त्यांना

माणसं म्हणून जगू द्या.

गुन्हा तर त्यांनी केलाच आहे. त्याची शिक्षाही भोगलीये – दहा वर्षं, चौदा वर्षं, वीस आणि बावीस वर्षंही! त्यातून त्यांना बाहेर काढायला नको?

काळाबाजार करणारे, भेसळ करणारे, शोषण करणारे, दुसऱ्याला नाडणारे, गुंडगिरी करणारे (तरीही सभ्य! समाजमान्य!) आजूबाजूला जगतायत ना? त्यांना नाही कुणी वाळीत टाकत. गुन्ह्याचं स्वरूप समजून घ्या. लिंगपिसाटांना नका क्षमा करू. देश विकायला निघालेल्यांना नका स्वीकारू. सुपारी घेऊन जिवे मारणाऱ्यांना नका मोकळं सोडू.

पण ज्यांच्या गुन्ह्यामागे काही तसंच कारण आहे आणि त्याची पुरेपूर शिक्षा ज्यांनी भोगलीये त्यांना नाही क्षमा करणार? मुळात आत्मपरीक्षण करा आणि स्वतःला विचारा – मी निर्मळ आहे? स्वच्छ चारित्र्याचा आहे?

सगळे प्रश्न शेवटी एका उत्तराला भिडतात –

‘जगा आणि जगू द्या!’

काही सामाजिक फेरबदलही आवश्यक आहेत –

१) मूल्यशिक्षण हा जगण्यातला महत्त्वाचा भाग व्हावा.

२) पेरेंटल एज्युकेशन फार जरुरीचं आहे, कारण संस्कार प्रथम घरातूनच होत असतात.

३) दृष्टी क्षमाशील ठेवायला हवी.

४) आणि कैद्यांनीही समाजाबद्दल कृतज्ञता बाळगायला हवी.

शरीर ही प्रदर्शनाची वस्तू समजून तिची किंमत वसूल करणाऱ्या मुली मानसिक प्रदूषणाला कारणीभूत आहेत. उत्तान दृश्यं तरुण मनाला चाळवतात, तर पैशामागे लागलेले आई-वडील मुलांपुढचे आदर्श नष्ट करतात. त्यातून आज सत्तेसाठी चालणारी साठमारी पाहिली की प्रश्न पडतो, या मुलांपुढे आपण कोणती श्रद्धास्थानं ठेवणार आहोत?

ज्यांचा सूर्य मावळला आहे तेच आज प्रकाशाचा शोध घेताहेत; स्वतःची दिवली घेऊन मार्ग काढताहेत. शिक्षा भोगून तावूनसुलाखून निघालेले हे तरुणच मनातल्या श्रद्धांना झळ पोचू देत नाहीत. त्यांना चांगलं व्हायचंय. आपण आपला आश्वासक हात पुढे केला पाहिजे.

■ ■ ■

अनुक्रमणिका

सुहास पुरुषोत्तम जोशी

आणि ते पत्र

माझ्यासमोर कागदांची चळत पडलीये आणि हातातल्या पेनच्या टोकाला प्रश्नचिन्ह. खरंतर मला खूप लिहायचंय; मन दाटून आलंय; एकाच वेळी ते सगळं कागदावर उतरायला हवंय; पण कागदावरचा हात पुढे सरकतच नाहीये. आत-बाहेर वादळाचं प्रचंड थैमान चाललंय.

खिडकीच्या गजांना रेलून मी समोर पाहतेय. झिम्म पावसानं सगळा आसमंत झोडपून काढलाय. मुळी समोर काही दिसतच नाहीये. या पिसाटलेल्या पावसाला वाऱ्याची साथ आहे. वाऱ्याचं एक उभं चक्र पाण्याला आपल्याबरोबर नाचवत पुढे नेतंय. झिम्माड पावसाचं ते रौद्ररूप मनाचा ठेका चुकवतंय. झाडं उभ्याउभ्याच एकमेकांवर आदळल्यागत जवळ येतायंत, लवतायंत. त्यांच्या घर्षणाचा एक विचित्र आवाज वातावरणात भरून राहिलाय.

भय वाटतंच आहे, तरी खिडकी बंद करावी असं नाही वाटत. पावसाच्या दाट पडद्यातून दिव्याचा गढूळ प्रकाश रस्त्यावर सांडतोय, झाडांतून झिरपतोय. ही सगळी माझ्याच विस्कटलेल्या मनाची प्रतीकं!

गेली जवळजवळ साडेतीन वर्षं मी त्या गजाआडच्या मुलाचा विचार करतेय. कसा जगत असेल तो? त्याची मानसिकता काय असेल? कोणते विचार त्याला छळत असतील?

जे घडून गेलं त्याचा पश्चात्ताप? स्वतःच्या निसटून गेलेल्या आयुष्याबद्दल

अपार करुणा? भविष्याबद्दल चिंता? की तो नुसताच आयुष्याची कोरी पाटी घेऊन बसलाय? – कोण मी? कुणाचा कोण? माझं कोण?... माणूस असा जगू शकतो? एकटा एक! नातं नाही; मित्र नाहीत; प्रेमाचा स्पर्श नाही; मायेचा शब्द नाही; असं जगता येतं?

'Oh! Winds tell me, I yet have a friend
though a friend I have never to see.'

असं म्हणणाऱ्या कवीचं मन आणि त्या तरुणाचं मन एकाच पद्धतीनं विचार करत असेल. न पेक्षा त्यानं मला पत्र पाठवलं नसतं.

त्याला कुणाशीतरी बोलावंसं वाटलं असेल. जे वाटतं ते सांगावंसं वाटलं असेल. कुणाला सांगणार? बरोबरीच्या कैद्यांना? बाहेरच्या अंधाराला? सोबतीला असणाऱ्या एकाकीपणाला?

आणि मी त्याला सापडले. एक न पाहिलेली लेखिका. न दिसणाऱ्या वाचकांशी संवाद साधणारी लेखिका. त्याला विश्वास वाटला असेल. आनंद झाला असेल. थोडी भीती, शंका, धाकधूक वाटत असतानाच त्यानं पत्र लिहायला घेतलं. 'न दिसणारी, इथून योजनं दूर असणारी, पण सगळ्या जगाशी बोलू इच्छिणारी लेखिका. ती आपलं पत्र वाचेल? पत्राला उत्तर पाठवेल?...'

मनात घोंगावणाऱ्या सगळ्या प्रश्नांना बाजूला सारत त्यानं पत्र लिहायला घेतलं. मायना त्यानं ठरवला होता आणि हेही ठरवलं होतं – खाली 'स्नेहांकित' लिहायचं. होय! 'आपल्याला स्नेह हवाय. आपलं मन वाचणारं कुणी हवंय. लेखक सगळ्या जगाचा असतो; आपलाही! आपण आपला अभिप्राय कळवणार आहोत. या पुस्तकानं आपल्याला झपाटलंय. पुन्हापुन्हा वाचावंसं वाटतंय ते. मग तसं या लेखिकेला कळवायला नको?...'

विचार! विचार! विचार! मी त्या तरुणाचा विचार करतेय. किती अचानक आला तो माझ्या शब्दांच्या जगात! साडे तीन वर्षांपूर्वी –

... बाहेरून आल्या आल्या मी टेबलावरची पत्रं चाळायला सुरुवात केली. त्या चळतीतलं एक पत्र वेगळं होतं. तुरुंगातून आलेलं. लांब कुठून प्रवास करत. लांबडा लिफाफा. खाकी रंग. वर कोपऱ्यात तुरुंगाचा पत्ता.

आजवर मला अनेकांची पत्रं आलीयेत. आपल्या विवंचना सांगणारी पत्रं, मार्गदर्शन मागणारी पत्रं, आनंदाची पत्रं, डिवचणारी पत्रं अन् प्रेमपत्रंसुद्धा! अभिप्रायाची तर अनेक पत्रं; पण ती स्वतःचा परिचय देणारी. हे पत्र गजाआडचं आहे. अनेक बंधनांतून वाट काढत आलंय. जेलर, वॉर्डर यांची पत्रं माझ्या दफ्तरात आहेत; पण कैद्याचं पत्र हे पहिलंच. कैद्यालाही मला लिहावंसं वाटतं? मला काही सांगावं, विचारावंसं वाटतं? कुठेतरी मी सुखावले. पत्र उघडलं. तो म्हणतो –

'लावण्यखुणा' हे पुस्तक वाचून त्याला पत्र लिहावंसं वाटलं. त्यानं ते लिहिलं. एका कैद्याला नातं जोडावंसं वाटलं. हे मी त्या पुस्तकाचं यश मानते. मी लगेचच उत्तर लिहायचं ठरवलं. विचार करून काळजीपूर्वक लिहायला हवं होतं. हे पत्र एका तुरुंगाच्या कोठडीतल्या मुलाच्या हातात पडणार होतं. तो दुखावता कामा नये. त्याच्या जगण्याची उमेद वाढायला हवी होती. एक लेखिका म्हणून माझं जे काही चित्रं त्यानं रेखाटलं असेल त्याला झळ पोचता कामा नये...

या पत्रातून मी कोणाला जपत होते? मला की त्या पत्र लिहिणाऱ्याला? माझ्यातल्या लेखिकेला आणि तिच्याशी नातं जोडू पाहणाऱ्या त्या माणसालाही! त्याच्या एकाकीपणात माझ्या पुस्तकानं सोबत केली होती. त्याचं जगणं सुखद आणि सुसह्य केलं होतं. मला तेवढाच दिलासा.

मी त्याचं नाव वाचलं -

'सुहास पुरुषोत्तम जोशी'

मी लगेचच पत्र लिहायला घेतलं -

पण थांबले. काय लिहू? श्री की चिरंजीव? एकदम एवढी सलगी नको. चि. लिहिण्यात एक आत्मभाव आहे. ठाऊक नाही हा कोण? कसा? कदाचित हे पत्र पहिलं आणि अखेरचंही ठरू शकेल; पण मला तसं व्हायला नकोय. ही वेगळ्या जगाची हाक आहे. एक लेखिका म्हणून मला हे दार उघडायचंय. हे जग जाणून घ्यायचंय. मी सुरुवात करते –

२३/०९/१९९८

श्री. सुहास,

सप्रेम नमस्कार,

कारागृहातून पाठवलेलं आपलं पत्र मिळालं. वाचून फार आनंद झाला. पुस्तकं सर्वदूर पोचतात, ही केवढीतरी समाधानाची बाब आहे.

हे पुस्तक वाचून अनेक पत्रं आली. मी सध्या आदिवासी मुलांसाठी काम करतेय. उघड्या डोळ्यांनी एवढं मोठं दुःख पाहिल्यावर स्वस्थ बसणं शक्यच नव्हतं. माझं काम खूप मोठं आहे असं नाही, पण आपण जाणिवेनं काही करतो आहोत हे समाधान आहे.

सोबत माझं दुसरं पुस्तक पाठवत आहे. आवडेल ही अपेक्षा. आपण कारागृहात कसे काय? किती दिवस आहात? तिथला दिनक्रम? आवडत असेल तर कळवा.

कळावे,

आ.

पुन्हा एकदा त्याचं पत्र मी उघडलं.

तुरुंगातून आलेलं पत्र. नेटकं. व्यवस्थित. त्याला विचारांची बैठक. हे सुशिक्षित, विचारी माणसाचं पत्र आहे. रिकाम्या वेळेत तो वाचतोय; त्यावर विचार करतोय; ते लेखिकेला कळवतोय, तरी हा गुन्हेगार असेल?

चोरी? डाका? अफरातफर? गैरव्यवहार? छे! हे पत्र लिहिणारा माणूस असे गुन्हे करणं शक्यच नाही. मग? एखादं प्रेमप्रकरण?... त्यातून मुलीची छेडछाड? किंवा... हा विचार करणंसुद्धा गैर.

हा राजकीय गुन्हेगार असावा. संपात सामील झालेला. मिल मजदूर किंवा पार्टीचं काम करणारा किंवा एखाद्या निषेधमोर्चात पकडला गेलेला. तो न पाहिलेला तरुण, त्याची कोठडी, कोठडीचे भक्कम गज, त्याचं एकटेपण, माझ्या पुस्तकाची सोबत, हे पत्र आणि ते वाचणारी मी! माझं एक वेगळं जग तयार होतंय.

माझा नवरा ते पत्र वाचतो. घरात चर्चा. मी पत्राचं उत्तर लिहितेय. समोर खिडकीचे गज. कितीतरी दूर तुरुंगाच्या भिंतीत कोंडलेला तो माझ्या शब्दांची वाट पाहतोय.

घरात चर्चेचा स्फोट होतोय -

"तुम्ही या पत्राचं उत्तर पाठवणार आहात?"

"होय!"

"तो माणूस गुन्हेगार आहे"

"जगात असे अनेक असतात. जे सापडतात ते गुन्हेगार; जे निसटतात ते प्रतिष्ठित."

"खुळ्यासारखी सुभाषितं फेकू नका. तुम्ही कुटुंबात राहणाऱ्या आहात. उद्या याचे परिणाम..."

"परिणाम भोगताना मी कुटुंबाचं नातं सांगणार नाही. मी लेखिका म्हणून जगलेय. तुरुंगात एकाकी आयुष्य काढणाऱ्या त्या मुलाला माझ्या शब्दांनी आनंद दिलाय. आधार दिलाय. त्यानं ते कळवलंय. त्याला उत्तर पाठवणं माझं कर्तव्य आहे.

"हे एका संवेदनशील तरुणाचं पत्र आहे. मी नुसतं उत्तर पाठवणार नाही; मी त्याला समजून घेणार आहे."

संवाद संपतो. मी उत्तर लिहून मोकळी झालेय. अन्य वाचकांना लिहिते त्याच आपुलकीनं, त्याच मर्यादेत लिहिलेलं पत्र.

पण घरच्यांना ते सगळं विचित्र आणि भयंकर वाटतं.

प्रफुल्ल समजावणीच्या स्वरात म्हणतोय, "आई, इतर लेखिका असलं काही करतात का?"

"त्या इतर आहेत, मी नव्हे."

"पण तुझ्यापेक्षा अधिक मान, पैसा, सत्ता, त्यांनी मिळवलंय."

"माझं ऐक. इतरांनी ज्या पद्धतीनं यश मिळवायचं ठरवलंय तसं त्यांनी मिळवावं. प्रत्येकाच्या समाधानाची व्याख्या वेगळी असते. मी अनेक पद्धतीनं माणूस समजून घेतेय. त्याच्या जगण्याचा अर्थ लावतेय आणि... पण हे सगळं मी तुला का सांगावं? मला माझं आयुष्य जगण्याचं स्वातंत्र्य असू नये?"

"म्हणजे उद्या त्याला तू घरी आणणार?" मी क्षणभर थांबले. खरंतर भांबावले. मग शांतपणे, पण ठामपणे म्हणाले, "घर या सगळ्यांचं आहे. माझ्या एकटीचं नव्हे. त्याचं नातं फक्त माझ्याशी असेल. मला वाटतं हा विषय थांबवू या."

घरातच एवढा विरोध तर बाहेर काय परिस्थिती असेल? या मुलाला जग स्वीकारेल? आनंदानं जगू देईल? प्रकाशाची दारं त्याच्यासाठी उघडतील? की त्याच्या वाटचा सूर्य मावळलेला असेल?

नाही. असं होता कामा नये. मी त्याला जगण्याचं बळ देईन. जगाचं चांगुलपण दाखवून देईन. त्याच्या पत्रात एक महत्त्वाचं वाक्य आहे–

'माझा भाऊ मधुसूदन तुम्हाला भेटेल. तो सगळं समजावून सांगेल.'

न पाहिलेल्या त्याच्या भावाची मी वाट पाहतेय.

मधला काळ पत्रव्यवहारात गेला आणि एक दिवस मधुसूदनचा फोन आला आणि तो माझ्या घरी आला. अवघडलासा कोपऱ्यात बसला. त्यानं अंग आक्रसून घेतलं होतं. चेहऱ्यावर भीती, सगळ्या हालचालीत विचित्र इन्फिरिऑरिटी.

बोलण्यातून कळलं की तो पीएच.डी. करत होता. चांगल्या ठिकाणी नोकरीला होता. खरंतर त्यानं निर्भय असायला हवं होतं. आत्मविश्वासानं बोलायला हवं होतं, पण तसं होत नव्हतं. बोलताना तो अडखळत होता. थेट डोळ्यांमध्ये पाहत नव्हता. मी खायचं आणून ठेवलं, "घ्या ना."

"नको."

"का?"

"माझा उपवास आहे." चहाचे दोन घोट घेऊन तो अबोलसा बसून राहिला. मग मीच काही काही विचारत राहिले.

"मी आता घाईत आहे. पुन्हा भेटेन" उठलाच तो. मग आला कशाला? त्याला लोकांचे अनुभव वाईट आले असतील का? त्याचंच मन त्याला खात असेल का? की गुन्हेगार माणसाचा भाऊ हे शल्य अस्वस्थ करत असेल? लोक आपल्याकडे बोट दाखवून म्हणतील...

काय म्हणतील लोक? त्यानं स्वत: तर काही केलेलं नाही आणि भावानं

केलेल्या कृत्यामुळं सगळं घर शापित व्हावं, सर्वांना तोंड लपवून हिंडावंसं वाटावं असं काय केलं होतं त्यानं? सुहासनं असं काही घाणेरडं कृत्य केलं होतं का? हे पत्र तसं सांगत नाहीये. एवढ्यात फोन वाजला -

"मी मधुसूदन. आताच तुमच्याकडे येऊन गेलो"

"हो. बोला."

"मला तुम्हाला काही सांगायचंय."

आता तो अडखळत नव्हता. नीट बोलत होता, पण अगदी खालच्या आवाजात. कुणी आमचं संभाषण ऐकेल या भीतीनं.

"बोला. मी ऐकतेय".

"मी तुम्हाला भेटू? घरी नको. मला जे सांगायचंय ते घरी नाही सांगता येणार."

"मग कुठे भेटाल? हॉटेलात?"

"अं? तसं नको."

"मी तुमच्या घरी येऊ का?" मी विचारलं.

"नको. नको. मी कळवतो." त्याचा फोन मला आणखीनच विस्कटून गेला.

ही कुठची कोण दोन तरुण मुलं. एक गुन्हेगार आणि दुसरा त्याचा भाऊ. न विचारता माझ्या आयुष्यात डोकावली आणि माझं स्वास्थ्य नाहीसं करून गेली. लेखकाचं मन मोठं वाईट असतं.

ज्या वेळी माझ्यातला (लेखक) - 'मी' दुसऱ्याच्या सुख-दुःखात एकरूप होतो, तेव्हा त्या 'मी'चं अस्तित्वच पूर्ण बदलून जातं. तो स्वतःच्या लहानशा कुडीतल्या लक्ष्मणरेषेत बंदिस्त होऊन राहू शकत नाही. त्याचं आकाश मोठं होतं. फक्त चंद्र, सूर्य, तारेच त्याचे होत नाहीत, दुसऱ्याच्या मनाची स्पंदनंही त्याची होतात. दुसऱ्याला लागलेली कळ त्याला हलवून जाते.

माझं वाट बघणं सुरू झालं. पत्र, फोन, निरोप काहीही नाही. सुहासनं असा काय अपराध केला असेल? जाणिवेच्या एका कोपऱ्यात हे सगळं बंदिस्त करून मी इतर गोष्टी करत होते.

आणि एक दिवस मुंबई मराठी ग्रंथसंग्रहालयात कोकण मराठी साहित्य परिषदेची बैठक चालली होती. या वर्षीच्या स्नेहसंमेलनाचा विषय होता. चर्चा संपत आली होती आणि मला एक चिठ्ठी आली -

'भेटायचंय. बोलायचंय.

मधुसूदन जोशी.'

माझं चर्चेतून लक्षच उडालं. मी उत्तर पाठवलं- 'दोन मिनिटं थांबा. येतेय.'

दाराशीच तो वाट बघत होता. अनेकांच्या चेहऱ्यावर उत्सुकता. मी पटकन बाहेर गेले.

"ही चिठ्ठी." मधुसूदननं चिठ्ठी पुढे केली.

"कुणाची?"

"त्याचीच. माझ्या पत्रातून पाठवलीये. वाचा. मग त्याला उत्तर पाठवा. तुमच्या पत्रानं त्याला दिलासा मिळेल. मला हे सगळं प्रत्यक्ष सांगता आलं नसतं..."

तो लगेचच निघून गेला. आजूबाजूला मंडळी होतीच. कुणीतरी विचारलं, "कसलं पत्र हो?" मी उत्तर दिलं नाही. भराभरा खाली आले. टॅक्सी पकडली. वरच मधुसूदनची चिठ्ठी होती. चारच ओळींची –

'मागील भेटीत म्हटल्याप्रमाणे त्याचे पत्र सोबत पाठवत आहे. सविस्तर पत्र वाचल्यावर मन:स्थिती कळेल. तुमच्या पत्राने त्याला थोडे मानसिक सामर्थ्य लाभले, हे निश्चित. पुढे प्रसंगानुरूप भेट होईल हीच अपेक्षा.'

आ. स्ने.

चिठ्ठी पाकिटात घालून मी पत्र उघडलं. एक मिनिट हात थरथरला. खूप काही वाईट असेल तर? नकोच वाचायला.

पत्र तसंच हातात ठेवून मी डोळे मिटले. टॅक्सीत मागच्या कुशनवर मान टेकली. थकवा वाटत होताच; आता ताणही.

शेवटी ते पत्र उघडलं. धडधडत्या मनानं वाचायला घेतलं खरं, पण ते शक्य होईना. डोकं गरगरत होतं. काहीतरी खूप वाईट, खूप भयंकर वाचावं लागणार होतं. एक शिकलेला, चांगल्या कुटुंबातला-संस्कारातला मुलगा. त्यानं माझ्या पुस्तकावर लिहिलं होतं आणि आता अधिक परिचय वाढण्यापूर्वी तो, 'मी कोण?'ची ओळख देत होता.

मी टॅक्सीचं भाडं दिलं. घरी आले. न जेवता माझ्या खोलीत जाऊन पडून राहिले. रात्री सामसूम झाल्यावर खोलीचं दार बंद केलं. दिवा लावला. पाकीट उघडलं. पहिल्याच ओळीत त्यानं लिहिलं होतं -

'मी दोन खून केलेयत. चुकून नाही; ठरवून. प्लॅन करून. तरीही हे वाचा.'

वाचा? काय वाचा? कसं वाचा? एका तरुण मुलानं अविवेकानं केलेल्या दोन खुनांची हकिकत मी माझ्या खोलीत बसून वाचणार होते.

ही कथा नव्हती, कादंबरी नव्हती. ज्याच्याशी गेले काही दिवस मी पत्रव्यवहार केला होता, तो खुनी होता. माझे कान गरम होत होते; उर धडधडत होतं; मोठ्यानं रडावंसं वाटत होतं; पण मी यातलं काहीच केलं नाही. बसल्या जागी यंत्रासारखी होऊन पुढचं पान उलगडलं. कारण मी ते पत्र न वाचता झोपू शकणार नव्हते. दिवा

घालवू शकणार नव्हते. मला पर्याय नव्हता. मी वाचू लागले –

'त्यात एक तरुण सुंदर स्त्री आहे; पण हा प्रेमाचा त्रिकोण, एकतर्फी प्रेम असा प्रकार नाही. सातत्यानं मराठी मुलांचा ठरवून केलेल्या अपमानाचा सूड.

'मी पश्चात्तापदग्ध आहेच, स्वत:चा नाश करून घेतला म्हणून, संतापाच्या आहारी जाऊन दोन जीव संपवले म्हणून. ती सगळी हकिकत पुढे सांगेनच. त्याआधी मी कोण, कुठला, काय ते जाणून घ्या. माझं घर, माझी 'माई' सगळंच समजून घ्या. मला न्याय द्या. पत्र पाठवा. तुम्हाला सगळंच सांगायचं आहे.

'पार्श्वभूमी ध्यानात आली की कळेल की मी कुणी असाच लोफर, रस्त्यावरचा नव्हे. चांगल्या घरातला, चांगल्या संस्कारातला आहे. वाचा. खात्री होईल की...'

मी पाकीट बंद करून ठेवलं. पुढं वाचण्याची माझी ताकद संपली होती.

मी कोण न्याय देणारी? एक साधी लेखिका. विचार करणारी. दुसऱ्याला समजून घेणारी.

मी या तरुणाला समजून घेऊ शकणार होते? कोण हा? कुणाचा कोण? ही माणसं आपल्या सुखदु:खात मला का ओढतात आणि माझं जगणं शापवत करतात? करुणा, प्रेम या भावना थोर आहेतच, पण खून करणाऱ्या एका मुलाला समजून घेण्याइतकी मी मोठी नाही.

मी घड्याळाकडे पाहिलं. काटे बारावर एकरूप झाले होते. तेवढ्यात दिवे गेले. गडद अंधार आत-बाहेर, सगळीकडे. आता घड्याळाची टिक् टिक् फक्त माझ्या हृदयातून ऐकू येत होती.

दुसऱ्या दिवशी थोडी शांत झाल्यावर मी पुढचा भाग वाचू लागले. कोण सुहास? कुठला? कुणाचा कोण? माझ्या प्रश्नांची उत्तरं त्याच्याच शब्दांत...

'माझा जन्म मिरज शहरातल्या 'वालनेस' मिशनरी हॉस्पिटलमध्ये झाला. चाळीस वर्षांपूर्वी लाल रस्त्याच्या आमच्या आरोंदा गावात मूलभूत सोयी नव्हत्या. म्हणून आमच्या मामी-मामांनी आईला मिरज शहरातल्या त्या हॉस्पिटलमध्ये नेलं होतं. जेव्हा जेव्हा मिरज शहराविषयी माझ्या कानी काही पडतं तेव्हा फार अप्रूप वाटतं. पुढे कधी त्या शहरात माझं जाणं झालं नाही. तरीही तिथलं वर्तमान वाचनी येतं किंवा कलावंताचा सत्कार होतो किंवा तिथल्या स्थानिक विचारवंतांनी मांडलेले विचार आणि पेपर्समधून आलेले काही फोटो पाहिले की, आपसूक आपुलकी तयार होते. मिरज शहराविषयी माझ्या अंत:करणात अनामिक श्रद्धा उद्याही राहील. माझं बालपण, प्राथमिक शिक्षण वगैरे झालं ते सावंतवाडी तालुक्यातल्या 'आरोंदा' या गावी. मुळात 'आरोंदा' गाव नैसर्गिक समृद्धतेनं नटलेलं आहे. त्याच्या पस्तीस वर्षांपूर्वीच्या छबी आजही मनामध्ये आहेत. रस्ते केवळ लाल रंगाशीच सलगी

दाखवायचे आणि चुकून एकही पायवाट नसायची की, जिला दोन्ही बाजूच्या हिरवळीनं गळ्यात टाकलंय. हे गाव निसर्गानं आपली ऊब देऊन वाढवलंय. हिरवाईच्या भाऊगर्दीत प्रत्येक जीव समाधानी तरी होता. गोवा आणि महाराष्ट्राच्या सीमेवरची अशी फार कमी गावं आहेत. त्यांपैकी भौगोलिक, ऐतिहासिक, सांस्कृतिक ठेवा ल्यालेलं हे सुंदर गाव आहे. सीमेवर वाहणारी 'तेरेखोल' नदी पाहिली म्हणजे डोळ्याचं पारणं फिटतं. सदोदित खळखळून वाहणारी 'तेरेखोल' नदी सिंधुसागराच्या प्रेमापोटी आपलं तारुण्य त्रिकालाबाधित राखून आहे. गोव्याच्या कडेवर मायेने घट्ट पकडून राहणाऱ्या 'किरणपाणी' डोंगरावरची हिरवाई पाहून आमची 'तेरेखोल' आपल्या निळाईचा तोरा आणखीनच वाढवते. निळ्या/हिरव्या रंगांची मूक स्पर्धा आमचा आरोंदा लक्षावधी वर्षं पाहत आलाय. पावसाळ्यात तर ही नदी सागराचा हात धरून, कैफात कित्येक काळ घालवून शेतकऱ्यांनी कष्टाने लावलेल्या शेतीची नासधूस करत आपल्या तारुण्याची ताकद दाखवत राहते. फक्त पावसातच ती मुजोर होते आणि गावकऱ्यांना आपल्या अस्तित्वाची जाणीव करून देते. सदानकदा ती स्वत: षोडषवर्षीय असल्यागत दुथडी भरून वाहतेच. अशा त्या गावामध्ये मी बालपणी होतो त्याचंच कौतुक वाटतं. सागरी, दमट हवामानात वाढणाऱ्या झाडाझुडपांची सांगता सांगता जंत्री संपायचीही नाही. बागायती तशी कमीच. बरीचशी जमीन शेतीसाठी असायची.

'आरोंदा' ह्या नावाची पूर्वपीठिका तशी अलौकिक आहे. प्राकृत भाषेत या परिसराला 'आरवंदे' असं संबोधलं जायचं, कारण इतिहासपूर्व काळात ह्या गावात कमळांचे मळेच मळे होते. तेव्हा या गावाला 'अरविंद' म्हणून ओळखलं जायचं. पाण्याची मुबलकता हे ह्या गावाचं वैशिष्ट्य! निवांतपणी कुणी नदीकिनारी फेरफटका मारायला सायंकाळी जायचा. त्यात एक गंमत अशी की, उभय किनारी उभी असलेली माणसं एकमेकांची उंच आवाजात खुशाली घेऊ शकत असत. एवढी अरुंद पात्राची आहे आमची तेरेखोल. ह्या नदीवरून एक ऐतिहासिक संदर्भ लिहून काढला नाही, तर हा मजकूर अपूर्ण राहील. 'किरणपाणी' ह्या नावातच साहित्यिक गुण दिसून येतो. पूर्व काळी कुणा अनामिक कलावंतानं 'किरणपाणी' हे त्या किनाऱ्याला ठेवलेलं नाव ऐकून त्याच्या प्रतिभेला दाद द्यावीशी वाटते. (विषय विस्तृत असल्यानं विस्तार अटळ आहे.) सावंतवाडी तालुका आणि गोव्यातला 'पेडणे' तालुका यांमध्ये फारसा फरक तर नाहीच, शिवाय आढळलं तर साधर्म्य पुष्कळ आहे. ह्याला कारणही तसं साजेसं आहे. ऐतिहासिक संदर्भ पाहता साडेतीनशे वर्षांपूर्वी 'पेडणे' हा महाल (तालुका) त्या वेळी सावंतवाडीच्या भोसले संस्थानाच्या ताब्यात होता. का कुणास ठाऊक, त्या वेळच्या त्या राजाला शिवरायांविरुद्ध लढण्याची दुर्बुद्धी सुचली, पण पुरेसा शस्त्रसाठा/दारूगोळा मिळवण्याच्या प्रयत्नात

त्यानं पेडणे महाल गोव्याच्या पोर्तृगीजांकडे गहाण ठेवला. पुढे छत्रपतींनी कोकणातली बंडाळी मोडून काढण्याच्या प्रयत्नात सावंतवाडीच्या त्या भोसल्याला चितपट तर केलंच, परंतु काळाच्या प्रवाहामध्ये आमचा पेडणे तालुका गोव्याचा होऊन राहिला, तो आजही!

इतिहासातून पुन्हा अलीकडच्या भूतकाळात येतो. आमचं आरोंदा महाराष्ट्राच्या सीमेवर असल्यानं दक्षिण कोकणातल्या काही 'खुबी' आजही स्मरणात आहेत. अठरापगड जातींचं वास्तव्य असलेलं, सुमारे बाराशे घरांची वस्ती असलेलं (त्या काळी) हे गाव. ब्रिटिशांच्या कारभारात सुलभता यावी म्हणून त्यांनी काही मूलभूत सोई करून ठेवल्या होत्या. गावातली घरं दाटीवाटीनं आहेत, कारण चारशे वर्षांपूर्वी पोर्तुगीजांनी धार्मिक अत्याचार गोमांतकात सुरू ठेवलेले होते. त्या अत्याचारापासून स्वत:ला वाचवत, नदीपार करत कुटुंबं सांवतवाडीच्या आश्रयाला आलेली होती. त्यामुळे आरोंदा ह्या गावानजीकचे इतर चार लहान गावांतल्या लोकांचे नातेवाईक पूर्वापार गोव्यातलेच आहेत. आमचं कुटुंब (पूर्वज) गोव्यांच्या खांडोळा गावातून आरोंदा गावात स्थलांतरित झालं हे ओघानं आलंच. गावातली बोलीभाषा मालवणी असली, तरी विशिष्ट 'हेल' काढून लकब दाखवत वेगळेपण हटकून दाखवायची. कोकणी वृत्तीतून बेरकी स्वभावाचे, खोचक बोलणारे दर दिवशी आढळायचे. मुंबईहून कुणी गावचा माणूस आला आणि त्याच्या अंगावर 'गोरे'पणा आढळला, तर लाईफ- बॉय साबणाची जाहिरात व्हायची आणि वर ऐकायला मिळायचं– 'मुंबैक खतल्याक लायफबाय मेळता मां म्हणान तो गोरो झालो.' ह्या वाक्याबरोबर आणखी एक डायलॉग हमखास कानी पडायचा आणि तो म्हणजे मुंबईची रहदारी, धावपळ, शारीरिक ताण वगैरे उपरोधानं म्हटलं जायचं. 'रे मुंबैक रवान कापूस म्हाग केलंय कित्याक रे.' वगैरे वगैरे. पुलंचा अंतू उत्तर कोकणातील, तर आमच्या आरोंद्यातील काही 'गण' मालवणी झोडताना टोकावर कधी जायचे हे कळायचं नाही. अशा लोकांच्या मुखावरून कधी 'मिस्किली' ढळायची नाही आणि जन्मजात ह्या नागांची जातकुळी म्हणजे हजरजबाबीपणा आणि समयसूचकता! गावातले नागरिक खूप सधन नसले तरीही परावलंबी मात्र कधीच नव्हते, हे लिहिताना अभिमान वाटतो. गावाला एका छोट्या बंदराचा आश्रय आहे आणि फार जुन्या काळी व्यापार-उदीमासाठी गलबतांचा राबता असायचा हे सांगायला नको. बाजारपेठेमुळे ब्रिटिश काळात 'आरोद्यांची' ख्याती होती. आसपासची गावं ह्या गावावर पन्नास वर्षांपूर्वीपर्यंत तरी पूर्णत: विसंबून होती असं ऐकण्यात येत होतं. एवढा पसारा त्या काळी होता. साधारण बारा/तेरा वाड्या असलेलं ते गाव मुख्यत: शेती, गावातल्या बाजारपेठा, छोटे उद्योग आणि बव्हंशी गावचे, मुंबईतले चाकरमाने ह्यांच्यावरच अवलंबून असायचं. रिकामटेकडा, चकाट्या पिटणारा असा चुकारू असायचाच हो

नमुन्याला! कुटुंबापुरता पोटापाण्याचा कामधंदा आणि शेजाऱ्याची जुजबी विचारपूस एवढ्या माफक वर्तुळात वावरणारी माणसं मी पहिलीत. 'आरोंदा' हे एक विश्व आहे आणि त्यापलीकडे काही असावं एवढी जाण येण्याएवढं माझं वय त्या वेळी नव्हतं, त्यापासूनचं आठवतंय. गावातल्या घडामोडीपेक्षा वाडीतल्या घटना त्या त्या वाडीत चघळल्या जायच्या, कारण संपर्क होण्याचं एकमेव ठिकाण म्हणजे बाजारपेठ किंवा ग्रामदैवत (देऊळ). गावातल्या नागरिकांचे परस्परांशी संबंध बहुधा सामंजस्याचे असायचे; पण कधी एखाद्याचा पोटशूळ उठायचा. हे नजरेस पडणं हा झाला ग्रामसंस्कृतीचा एक भाग. घराघरांमधली छोटी-मोठी देवाण-घेवाण आठवते, कारण प्रसंगाला उपयोगी पडण्याचं कर्तृत्व असणारी माणसं होती त्या काळी. कोळी, भंडारी, किरीस्तांव, कुणबी, सारस्वत, सुतार, लोहार, ब्राह्मण, कुळवाडी, न्हावी, महार, वाणी, मराठा, चांभार, मुसलमान, तेली, मडवळ, शिंपी, सोनार, देवदासी (देवळी) अशा सर्व जाती-जमातींची घरं असलेलं ते गाव पस्तीस वर्षांपूर्वीच्या माझ्या आठवणीतलं आहे, तस्संच उद्याही राहील.

आम्ही 'जोशी' म्हणजे भिक्षुक. उभ्या गावाचं पौरोहित्य आमच्या घराकडे पूर्वापार चालत आलेलं होतं. गावच्या देवळात 'मानकरी' असायचे. त्यामध्ये आमचाही मान होता. व्यक्तीच्या जन्मापासून ते मरणानंतरच्या सर्व धार्मिक संस्कारांचं अधिपत्य पूर्ण गावानं आमच्याकडे परंपरेनं बहाल केलेलं होतं. तशातही आम्ही 'किरवंत' म्हणून ओळखलो जायचो. या संदर्भात 'अनंत पुराणिक' हे नाव सांगून दुसऱ्या परिच्छेदाकडे वळतो.

गावातल्या एकूण सर्व घरामधली धार्मिक कार्यं, संस्कार पिढीजात आमच्याकडे असल्यामुळे आमच्यावर 'क्रियावंत' पुरोहित असा शिक्का बसला होता. मरणोत्तर क्रियाकर्म करण्याचा अधिकार केवळ आमचाच असल्यामुळं आम्ही 'किरवंत' उरलो. धार्मिकदृष्ट्या क्रियाकर्म करण्याचं काम फक्त आम्ही 'जोशी' करायचो, कारण आम्ही होतो 'देशस्थ.' गावात शेकडो वर्षांपूर्वीपासून काही 'कोकणस्थ' घरं होती; परंतु ते भिक्षुक क्रियाकर्म, श्राद्ध, महालय श्राद्ध, सांवत्सरिक श्राद्ध करतच नसत, कारण ते स्वत:ला आमच्यापेक्षा पवित्र समजायचे. म्हणून मरणोत्तर क्रियाकर्म करणारे आम्ही 'जोशी' गावाला अधिक जवळचे ठरलो. कोकणातल्या त्या गावात आम्ही 'देशस्थ' कसे काय अशा प्रश्नाचं उत्तर म्हणून आम्हाला घरातले ज्येष्ठ सांगायचे की, काही अनामिक कारणावरून आमचे पूर्वज देशावरून कदाचित आले असावेत. असो. गावामध्ये 'अनंत पुराणिक' नावाचं विक्षिप्त रसायन होतं. प्राथमिक शिक्षक असलेली ती व्यक्ती फावल्या वेळात सणासुदीला आसपासच्या घरामधली पूजा-अर्चा आटोपून घेताना स्वत:ला श्रेष्ठ आणि चित्पावन समजायची. आमच्या घरी कधी खुशाली, विचारमसलतीसाठी आला की, आम्हाला त्याची गम्मत

करावीशी वाटायची. आमच्या घरी तो पिण्याचं पाणीसुद्धा घेत नसे. आमच्या वडिलांबरोबरच्या त्याच्या गप्पा रंगात आल्याचं पाहून आम्ही मुलं थोडीच गप्प बसणार? प्राथमिक शाळेतला तो शिक्षक शाळेमध्ये 'मारका' म्हणून प्रसिद्ध होता. त्यामुळं बसल्या बाकावरून त्याला पिटाळायचं असल्यास फक्त म्हणावं लागायचं, ''गुरुजी, चहाला ठेवलंय, तेव्हा चहा घेऊनच निघा.'' बस्स! हे शब्द कानी पडताच तो धूम ठोकायचा.

आतातर दुसरं उदाहरण सांगावंसंच वाटतं. श्राद्ध महायाचं दुपारचं जेवण व्हायला दुपारचे दोन तरी नक्कीच वाजायचे. पाहुणे, सगेसोयरे आणि भिक्षुकी करून घरी परतायला जाणत्या माणसांना उशीर व्हायचाच, परंतु जेवायला आम्हाला ब्राह्मण शोधणं जरा त्रासाचंच व्हायचं. अशा प्रसंगात अरोंद्यातल्या दादा मराठे ह्यांना बोलवायला गेलेल्यांना ठरावीक साच्याचं उत्तर मिळायचं. ते म्हणजे - ''माझ्या जेवणाची दुपारची वेळ साडेबारा म्हणजे साडेबारा. ह्यातलं एखादं मिनिटही मागं-पुढं झालं, तर मला जेवण मुळीच नको. अगदी गाडीभर सोनंसुद्धा दिलंत तरी नकोच नको.'' आणि विशेष म्हणजे पुराणिक, मराठे बोलताना शुद्ध मराठीतच बोलायचे. आम्हाला गावंढळ ठरवण्याकरता त्यांच्या मराठीचा बाणा पुरेसा ठरायचा. एवढ्या पारंपरिक वातावरणात माझं बालपण गेलं. आमच्याकडचं जेवण-पाणी टाळणारी माणसं माझ्यासमोर मी पाहिली ती त्यांच्या बहिष्कृत वागण्यातून! कारण आमचे वाडवडील तेली-कोळी ग्रामस्थांच्या घरामध्ये जाऊन धार्मिक कार्यक्रम, संस्कार करायचे म्हणून आणि का कुणास ठाऊक, आम्ही देशस्थ असल्यामुळे आम्हाला लोकांबद्दल आपुलकी असावी, म्हणून आमच्या मनात कधी कुणबी, भंडारी असा भेद उगवला नाही. वाडीतल्या मुलांशी आम्ही सर्व भाऊ सवंगडी म्हणून वागायचो. कोकणस्थ ब्राह्मण हे परकीय, उपरे असावेत हा आमच्या मनातला ग्रह बालपणात रुजला तो रुजला.

गावात कोकणस्थांची चार-दोन घरं होती. ग्रामजीवनाशी चार हात दुरावा बाळगून आपल्या कोशातून ती बाहेर पडू शकली नसावीत. आमचे आई-वडील आमच्याशी घरामध्ये बोली भाषेत बोलायचे. ती जी बोली होती ती फक्त आमच्या कुटुंबापुरतीच मर्यादित होती. आमच्या संयुक्त घरामध्ये आमच्या चुलत चुलत्यांची बिऱ्हाडं होती. ती फक्त मालवणीतूनच आपसात बोलायची. ग्रामीण, ग्राम्य शब्दांचा भडिमार त्यांच्या मुखी असायचा. परंतु आमच्या कुटुंबामधली भाषा त्रिकोण साधणारी होती. आमची आजी आणि आई दोघीही गोव्याच्या. गोव्यातल्या ब्राह्मणांच्या घरामधील 'बोली' सर्वस्वी वेगळी आहे, तिचं स्वरूपच वेगळं आहे. (विषयांतर नको म्हणून तिकडे वळत नाही.) गोव्याची 'भटी' बोली म्हणजे मालवणी शब्द कमी आणि मराठीचं वर्चस्व. अशा त्रिसूत्रातून ती बोली आमच्या कुटुंबापुरतीच

होती. आमच्या आई-वडलांच्या लग्नाअगोदर आरोंद्याचं 'जोशी' कुटुंब संयुक्त होतं. आमच्या वडलांना सहा चुलते होते. अठरा खोल्यांच्या त्या एकमजली घरातले सदस्य, मुलं, पाहुणेरावळे, सण, व्रतवैकल्यं, सोवळं-ओवळं, जेवणखाण, भटपण असा एकत्रित महाप्रपंच म्हणजे घरात नव्यानं येणाऱ्या सुनेच्या कष्टाला पारावार नसे. हे ओळखून आमच्या आजीनं आमच्या वडलांच्या लग्नानंतर वेगळी चूल मांडली आणि ह्या कारणावरून ती चुलत-चुलती आमच्या आईला त्रासावून भंडावून सोडी, हे पुढच्या पानावर मी लिहितोय. १९४७ पर्यंत झालेल्या आमच्या घरातली लग्नं सोयरिकींतून, केवळ सावंतवाडी तालुक्यातल्या 'ज्ञाती' मधली होती. म्हणून आजीनं हेतूत: गोव्यामधून स्थळं आणून आपणहून बंडखोरी केली. हा राग चुलत-चुलतीनं जाणूनबुजून हर प्रकारे व्यक्त केला. पुढे तीन दशकं चुलत-चुलती 'तेतेबाय'ने (सुशिलाबाई) आईला मानसिक पातळीवर खूप त्रास दिला. हे रोज आम्ही पाहत होतो. ती चुलती अतिशय भांडखोर, दुस्वासी! आम्ही एकूण सहा मुलगे आणि तिला एकच. भटपणातून येणारं साहित्य, दक्षिणा तिला हवी होती. शिवाय हाताखाली माणसं राबवून घेण्याची हौस होती, ती विभक्त कुटुंबामुळे नाहीशी झाली. हे शल्य तिला जाळत होतं. तिच्या विक्षिप्त वागण्यामुळं आमचे चुलत-चुलते पांगू लागले. त्यांपैकी एक घरजावई होऊन वेंगुर्ल्यात राहिला. एकानं तर भटपणाला लागून शिरोड्याला वास्तव्य केलं. सर्वात लहान चुलत चुलता बिचारा अविवाहित राहिला. अशा पार्श्वभूमीवर आमची आईच तिला तावडीत सापडल्यासारखी होती.

आमच्या आईचं व्यक्तिमत्त्व जोशी घराण्यातल्या अन्य कोणत्याही सुनेपेक्षा सर्वस्वी वेगळं. आईचे वडिल गोवा स्वातंत्र्यसैनिक! पन्नास वर्षांपूर्वी गोव्याच्या आग्वादमध्ये त्यांनी सतत सात वर्षं (पाखल्यांचा) पोर्तुगीजांचा जाच सहन केला. सामाजिक बांधिलकी बाळगणाऱ्या 'महाराष्ट्रवादी गोमंतक' पक्षाचे कार्यकर्ते म्हणून गोवा, फोंड्यातल्या 'धुपे' गावातल्या ग्रामपंचायतीचे ते अकरा वर्षं सरपंच होते. कीर्तनकार म्हणून त्यांची ओळख गोव्याला होती. आपल्या सामाजिक कार्यातून त्यांनी त्या गावामध्ये 'आर्य नित्याश्रम' नावाने माध्यमिक शाळा सुरू केलेली आहे. एवढ्या उन्नत, आदर्श पुरुषांची लेक आरोंद्याच्या जोश्यांची सून व्हावी हे जोशी घराण्याचं भाग्य समजावं लागेल. आमच्या आईच्या अंगी जन्मत: काही गुण होते. त्यामध्ये बहुश्रुतता उजवी होती. माणसं जोडण्याचा त्यांचा व्यासंग वाखाणण्याजोगा होता. सदासर्वदा हसतमुख. आमच्या घरी तिच्या भेटीला आलेली वाडीतली कोणतीही महिला रिकाम्या हातानं गेली, असं कधी व्हायचं नाही. आमच्या आजीचं नाव 'काशीबाई'. गोवा, फोंडा, आमोण्याची ती मुलगी लग्न होऊन आरोंद्याला दिली होती. आपल्या देशात रूढीप्रमाणे थोरल्यात थोरल्या सुनेचा दबदबा असे.

तशाच पद्धतीने आमच्या आजीला चुलत सासू असूनही सुशिलाबाई नेहमी टाकून बोलत असे आणि अपमान करीत असे. कारण आमची आजी गोव्याची आणि चुलत-चुलती सावंतवाडी तालुक्यातली, जोशी गोतावळ्यातली. आमची आजी चाणाक्ष. गोव्याची मुलगी सून म्हणून आणण्याचा तिचा हट्ट तिनं पूर्ण करून घेतला. ह्यामुळे 'सुशिलाबाई' डूख धरून होती. आपण भोगलंय ते आपल्या सुनेच्या वाटेला कदापिही येऊ नये म्हणून आमच्या वडलांच्या लग्नानंतर चार वर्षांत तिने 'वेगळेचार' म्हणजे वेगळी चूल मांडली. म्हणजे आमच्या आईच्या दैवात सतत कष्ट, तुटपुंज्या साधनांत नवीन संसार. पन्नास वर्षांपूर्वी दिवसा फक्त आठ-बारा आण्यांत संसार चालवला. सोबत भटपणातून मिळणाऱ्या शिधा, वस्तूतून संसारात कधीच कमी भासू दिलं नाही. घरात आमच्या वडलांच्या भटपणाच्या दक्षिणेशिवाय दुसरा मार्ग नव्हता. त्या परिस्थितीत एका नणंदेचं लग्न गुजरातमध्ये करून दिलं. कारण आजीच्या मताप्रमाणे 'जोशी' गोतावळ्यात तिची मुलगी सुखी होणं शक्य नव्हतं. माझ्या लहानपणी आमची परिस्थिती किंचित सुधारली असं म्हणेन. कारण आजीच्या आग्रहास्तव आमचा सख्खा चुलता मुंबईला भटपणा करू लागला आणि आरोंद्याच्या घरात आमच्यासाठी थोडा आधार झाला. माझ्या जन्माच्या वेळी तिसरा सख्खा 'काका' एस.एस.सी. होऊन मुंबईत पोस्टाची नोकरी करू लागला आणि त्याच्या आधाराने माझी भावंडं एस.एस.सी. झाल्यावर एका मागोमाग एक मुंबईकडे नोकरीच्या शोधात जाऊ लागली. आम्ही सहा भाऊ आणि दोन बहिणी. एवढ्या कुटुंबाचा गाडा व्यवस्थित चालावा म्हणून गोव्याच्या आमच्या आजोबांनी सर्वात मोठ्या बहिणीला (आक्काला) गोव्यात नेऊन वाढवली, शिकवली; नोकरी, तिचं लग्न अशी जबाबदारी नैतिकतेतून पूर्ण केली. शिवाय सर्वात मोठ्या भावाला प्राथमिक शिक्षण, संस्कार यासाठी स्वत:हून घेऊन गेले. गोव्याच्या आजोबांचे उपकार फार मोठे आहेत.

(ताई, आता मला आठवतंय तेव्हापासूनचे लिहून काढतो.) माझा जन्म झाला तेव्हा आमच्या घरातली आर्थिक स्थिती जेमतेम होती. बालपणात माझ्याकडून कष्ट, श्रम करवून घेतल्याचं मला आठवतही नाही. मी शेंडेफळ असल्यानं इतर भावंडांपेक्षा मला तुलनेत बरं होतं हे आवर्जून म्हणतो मी. आमच्या आहाराकडे आजीनं खूपच लक्ष दिलं. आमची आबाळ न होऊ देण्याचा तिचा सतत प्रयत्न असे. अन्नपूर्णा या नावाने आईला आजी हाक मारत असे, कारण आमच्या आईनं जेवणामध्ये केलेले पदार्थ आजही जिभेवर रेंगाळताहेत. अरोंद्याचे आमचे आजोबा अकाली वारल्यामुळे आमच्या कुटुंबाचा भार सर्वस्वी आमच्या वडलांवर येऊन पडला. १९५०चं दशक आमच्या कुटुंबाकरता खडतर गेलं, परंतु ७०च्या दशकात परिस्थिती सावरली गेली. प्रत्येक भाऊ प्राथमिक शिक्षण घेत होता. घरात मी सर्वात लहान असताना

'बाळा धावत ये, धावत ये' अशा गाण्यातल्या ओळी माझ्या कानावर पडल्या त्या मायमराठीमध्ये आणि तीच मातृभाषेशी पहिली ओळख.

अगदी लहान असताना आईवर रांधून वाढण्याचं, मुलांच्या अंघोळी, कपडे, व्रतवैकल्यं सर्व सर्व करताना काय त्रास पडले असतील याची कल्पनाही करवत नाही. चुलीवर दहा-बारा सदस्यांची जेवणं-खाणं, दळणं-कांडणं, धान्य आसुडणं-पिसुडणं, पाहुण्यांची बडदास्त वगैरे आई-वडलांनी कशी कशी काडी जोडून केली असेल याची आज कल्पनाही करवत नाही. आईला घरात एवढं काम असे की, माझे भाऊ शाळेतून आल्यावर मला सांभाळताना वरील गीत म्हणून एकमेकांकडे बोलावीत. लग्न करून आल्यावर आईनं संसार केला तो दिवा, चिमणी, समईच्या प्रकाशात. लग्नानंतर घरात 'वीज' यायला सत्तावीस वर्षं लागली. आजच्या शहरी मुलींना असं ओझं पेलवेल का हा विचार मनामध्ये तरळतो.

लहानपणात आईला मी जरादेखील दूर होऊ देत नसे. आमच्या त्या घरामध्ये शुचिर्भूतता काय पाळली जायची हे सांगता आज विश्वास नाही बसणार. केस कापून आलेली मुलं परसदारातून बावीवर अंघोळीला नेली जायची. 'हरिजन' मुलाला शिवलो असं कधी अगदी बालपणात व्हायचं नाही. वाडीमध्ये चर्चा आणि बावीवर अंघोळीची शिक्षा हे ठरलेलं होतं. मुळात मी भित्रा. रात्री झोपताना कुशीला घेणारी आई नसेल, तर घरातलं सर्व आवरून आई येईपर्यंत मी रडून कटकट करत असे. सुशिलाबाई आईपेक्षा पंधरा वर्षांहून मोठी असावी.

मी लहान असतानाच्या दोन गोष्टी सांगतो. असं वाटतं की, त्या गावात आम्ही पस्तीस वर्षांअगोदर होतो तो काळ आणि आज मुंबईतलं जीवन नुसतं आठवलं की वाटतं, मधल्या काळामध्ये लाखो वर्षं निघून गेली की काय! घरात कटाक्षानं आफडीचा (विटाळशीचा) प्रकार अगदी काटेकोरपणे पाळला जायचा. आईची मासिक पाळी म्हणजे मला संकट वाटे. बाकी माणसं खेळीमेळीत असताना फक्त आईनंच कोपरा का धरला हे पाहून मी चडफडायचो. घरामध्ये असताना आईलाच वेगळं का ठेवलंय ह्याचा राग यायचा. एकदा रागानं तर मी आईला दप्तरातली पट्टी फेकून मारली. तशातही रात्री झोपताना आई हवीच. मग मी आईकडेच झोपायचो, परंतु सकाळी माझी मज्जा पहायला भावंडं दूर उभी राहिलेली पहायचो. सकाळी आईकडून येताना आई माझी चड्डी काढायची तेव्हा भावंडं टाळ्या पिटायची. ''सुहास आफडीचा झाला.'' तीन दिवस मला ही थट्टा सोसावी लागायची. ह्याचं मला काहीच वाटायचं नाही. कारण ह्या दिवसानंतर आईची अंघोळ, अंथरूण वगैरेसाठी मी मदत करायचो आणि आई माझ्यावरच अवलंबून असायची. आईला घरकामात मदत, माजघर-खोली झाडण्यासाठी माझी सख्खी बहीण मला रोज पाच पैसे देई हे आवर्जून सांगतोय. घरातलं प्रत्येक धान्य विहिरीवर धुऊन वाळवण्यापर्यंत

मी आईच्या हाताखाली. खळ्यात 'सुकवण' घातल्यावर त्याचा राखणदार मीच. कुणा कारणावरून एक दिवशी बाबा आईला ओरडले तेव्हा मी बाबांच्या पाठीवर कोवळ्या हाताने गुद्दे मारल्याचं आठवतंय. सायंकाळी आई 'पर्वचा' म्हणवून घ्यायची. आम्हा मुलांकडून शुभंकरोती, प्रणम्य, नवनागस्तोत्र, ज्योतीर्लिंगस्तोत्र आणि श्रीरामरक्षा म्हटल्याखेरीज रात्री जेवण नसे. (शाळेला 'मे' महिन्याची सुट्टी पडते त्या १९७०च्या उन्हाळ्यात गोव्याच्या 'आक्कानं' माझी रामरक्षा तोंडपाठ करवून घेतली.) घराला लागूनच एक दत्तमंदिर आहे. त्यात दर गुरुवारी आरत्या, भजन व्हायचं. त्यांचे संस्कार झालेत.

वडलांनी मला कधीच थापट लगावली नाही. बाकी वरच्या सर्व भावांनी वडलांचा मार खाल्लेला आहे; पण मला त्यातून का बाजूला काढलं हे कळायला साधन नाही. मराठी भाषेतली मुळाक्षरं - बाराखडी मला वडिलांनी मी बालवाडीत असताना गिरवायला लावली होती. मूळाक्षरं गिरवण्यासाठी घरात जुन्यात जुनी छोटी पाटी होती. वडिल सांगायचे की, ती पंचवीस पैशांनी विकत घेतली होती. बाबा भटपणाला लागणारे दर्भ, समीधा निवडताना मला मराठी अक्षरं शिकवीत. दातांची निगा कशी ठेवावी हे बाबांनी शिकवलं. रोज सकाळी खळ्यात झडलेली पारिजातकाची फुलं वेचून, कण्हेरीची फुलं काढल्यावर मला बाबा खळ्यात उभे करत आणि राखुंडीने माझे दात घासून तोंड स्वच्छ धुवायला लावीत. तसंच रोज सायंकाळी 'अंबा' म्हशीचं दूध ते काढायचे आणि खळ्यात मी मुद्दाम उभं असल्याचं पाहून माझ्या तोंडात एक धारोष्ण, दुरदुरीत घोट ओतायचे. मग घरात जायचे. तेहतीस वर्षांपूर्वी माझ्याकडून त्यांनी श्रीगणपती अथर्वशीर्ष आणि श्रीमहिम्नस्तोत्र तोंडपाठ करवलं. पुढे मुंबईत आल्यावरही षोडशोपचार पूजा आणि श्रीसत्यनारायणपूजा पुराणोक्त पद्धतीने तयार करवून घेतली याचा मी अत्यंत कृतज्ञतापूर्वक उल्लेख करतो.

साडेतीन दशकांपूर्वीची शिवाशीव त्या वेळी मनामध्ये रागवजा कुतूहल जागं ठेवायची. सुशिलाबाई (तेतेबाय) आईपेक्षा पंधरा वर्षांनी मोठी होती. ती कधीच तशी दूर बसलेली मी पहायचो नाही. फक्त माझ्या 'माई'ला हे खूळ का सुचतं हे विचारल्यावर आई सांगायची की, 'कावळ्यानं चोच मारली'. तेव्हापासून माझा कावळ्यावर राग असायचा. कावळ्यांवर मी राग धरलाय हे हेरून मला खळ्यातल्या 'सुकवणाची' ड्युटी आईनं कल्पकतेनं घालून दिलेली होती. एकदा तर गणपती-उत्सवाच्या दिवसात आई तशी 'अस्पृश्य' झाली होती. तो बालपणचा गणपती मला जगातला सर्वात दारुण दुःखाचा दिवस वाटत होता. त्या वेळी अशा दिवसात आमची ताई आमची 'माई' व्हायची. माजघरात बसून आई आम्हाला स्वयंपाकासाठीच्या सूचना देत देत काम करवून घ्यायची. हे माझ्या बालमनाला त्या वेळी कध्धीच

पटलं नाही. आई सर्वांशी सारखं बोलते, धान्य निवडते, नवीन कपड्यांना हातशिलाई करते असं सारं सर्वसामान्य, पण फक्त ते तीन दिवस आम्हांला शिक्षा का, हे पस्तीस वर्षांपूर्वी निरागस बालमन समजू शकत नव्हतं.

आमच्या आजीला पार उतारवयात मी पाहिलंय. वद्धापकाळ आणि अशक्तपणा यामुळे अगदी कृश होती ती. पण एक गोष्ट मात्र सांगेनच; आजी असेतोवर आई सुशिलाबाईकडून सुरक्षित होती; कारण आजीचा वचक. आजीच्या (१९७० सालातल्या) निधनानंतर मात्र तेतेबायनं आमच्या आईवर वचपा काढायला सुरुवात केली, तो पुढं दशकभर. सुशिलाबाईचं कोणत्या ना कोणत्या कारणावरून तोंड वाजायचंच आणि सोबत तिच्या चार मुली खुसपटं काढून तिला भांडणात मदत करायच्या. आईचं, आमचं मानसिक खच्चीकरण करण्यात त्या पाच जणींचा अक्षम्य पुढाकार होता. (त्या कृत्याचं फळ त्यांना ह्या जन्मी मिळालंही. एक ते चार मुलींच्या शोकांतिका. पहा ना, पहिलीला मुलगा नाही. दुसरी अपत्यहीन. तिसरी स्वत:च्या हिमतीवर उभी, तर चौथी परित्यक्ता आणि दुर्दैव सोडत कसं नाही ते पाहा. सुशीलाला एकमेव मुलगा. घरात एकमेव नातू. असं असताना तेतेबाय पिसवासारखी आईला आमच्या दशकभर डसली. ती २६.०१.०६ या दिवशी जबलपूरला नातीच्या घरी वारली, कारण नव्वदीत तिला ना मुलींनी जवळ केलं, ना मुलानं आणि दुर्दैवाचे प्रहार कठोर की काय, पण ज्या एकमेव नातवाकरता जन्मभर आकांडतांडव केलं तो नातू भर दुपारी, रणरणत्या उन्हात दुचाकीवर अपघातात जबलपूरला मृत्युमुखी पडला. ह्याच जन्मात तिला सर्व फेडून जावं लागलं. असो.)

विशेष सांगायचं म्हटल्यास, दक्षिण कोकणातला 'जोशी' गोतावळा केवळ सुशिलाबाईच्या कुटुंबातच पाहुणचार घ्यायचा. कारण आमची आजी आणि आई दोघीही त्यांच्या लेखी परप्रांतीय, भिन्न गोत्रातल्या, वेगळ्याच भाषेतल्या. त्यामुळे एक अदृश्य बहिष्कार आमच्या कुटुंबावर त्यांनी लादला होता. नव्या पिढीतल्या काही शहरी मुलांना हे सांगूनही समजायचं नाही की, त्या देशस्थ कुटुंबात पाच दशकांपूर्वी असं वातावरण होतं. त्यामधून आमच्या आईनं दिवस काढले.

लिहिता लिहिता मी सलग नवव्या पानापर्यंत येऊन पोहोचलो आणि परवा, मंगळवारी आपल्याकडून दोन कुरीअर्स सायंकाळी मिळाली. दिवसाकाठी एक एक पानाची दरमजल करत आज शुक्रवार ३० – ०६ या दिवशी माझ्या बालपणीची आठ पानं सुरक्षितपणे आपल्याकडे रवाना करतो. तिकिटांसाठीचा प्रश्न आपोआप निकाली निघाला. 'प्रत्यक्षाहून प्रतिमा उत्कट' असे भाव माझ्या मनात दाटले. आईचं हृदय अस्संच असतं. मुलाला काहीही कमी पडू नये ही धारणा प्रत्येक आईची असते. मागितलं एक आणि प्रत्यक्षात मिळाली अनेक, तर मनाची अवस्था काय असेल याकरता शब्द नाहीत. तुडुंब पावसासारखी तुमची तुडुंब माया, एवढं

बाळबोधी वर्णन करू शकतो मी. आम्हाला इयत्ता पाचवीमध्ये 'मृग' शीर्षकाचा एक धडा होता. ती खेडूत महिला शेतातून येईपर्यंत तिचं 'चित्त' सारखं तिच्या बाळाकडे लागून राहिलेलं होतं. तिचं घर साधं, कौलारू असतं. छतातून फुटून एक कौल पडतं खरं, परंतु तिचं बाळ मात्र सुरक्षित असतं, तेव्हा तिचा जीव भांड्यात पडतो.

छान धडा होता तो! मी बालवाडीत जाऊ लागलो, एवढ्यापर्यंत आलो. पुढच्या पत्रात त्यापुढचा भाग सुरू करून मुंबईतल्या माझ्या केसपर्यंत येईन. लेखन म्हटलं की, मला पसरट वर्णन का आवडतं हे माहिती नाही. एवढं हे पान वाचल्यावर आपण मला कळवाल का की, माझं लेखन मी त्रोटक करू का आहे तेवढंच ठेवू? लेखनाला हुरूप आलाय हे मात्र खरं! पत्र प्लीज पाठवा असं म्हटलंय. कारण की, फोनसाठीचा माझा 'टर्न' मला मिळेल तो माहे जुलै ०६ च्या अखेरच्या आठवड्यात.

घरातल्या सर्व ज्येष्ठांस सस्नेह नमस्कार.

कळावे,

आपलाच

सुहास.

आता सुहास जोशी माझ्या डोळ्यांपुढं चित्रित झाला -

आईच्या पदराआड लपणारा, बाबांकडून मंत्रपठण, पूजाविधी शिकणारा, भावंडांच्या मायेच्या सावलीत वाढलेला; त्यामुळेच थोडा हूड, लाडावलेला. राग झटकन येणारा अन् चटकन निवणारा.

तेरेखोल नदीनं आणि हिरव्याकंच निसर्गानं त्याच्या मनात रुजवलेलं हळुवारपण, भावविवशता. सगळ्याच भावना तीव्र. राग, द्वेष, प्रेम सगळंच उफाळून येणारं. त्यातूनच पुढे काहीतरी घडलं. नक्की काय घडलं असेल? तो खून करण्यापर्यंत पोहोचला, म्हणजे तसंच काहीतरी...?

आता मला त्याला भेटणं आवश्यकच होतं. त्या भेटण्यातून कदाचित एखादा कादंबरीचा विषय मिळून जाईल. अधिक संशोधन करून एक नवा विषय मांडता येईल. पीएच.डी.चा थेसिस.

माझा विचार घरात कुणाला पटणंच शक्य नव्हतं. सगळे हतबल होऊन माझ्याकडे पाहत होते. मी येरवडा जेलला जाणं, एका गुन्हेगाराला भेटणं हे सगळं जनरीतीच्या विरुद्ध होतं. सगळे लेखक काय असे वागतात? ना मान, ना मिळकत. फक्त विचित्र भीती. माझं एकच उत्तर, "तीही माणसं आहेत हे का नाही तुम्ही लक्षात घेत? चूक घडली असेल, पण कारण नको समजून घ्यायला?"

"समजून घेऊन तू काय करणार? सामाजिक क्रांती?"

''माझं आयुष्य मला जगू द्या. मी कुणी थोर नाही, पण ज्या मार्गानं जायचं ठरवते त्या मार्गानंच जाणार! तुम्ही राजमार्गानं जा. यश, कीर्ती मिळवा. माझे विचार वेगळे आहेत.''

माझ्या कुठल्याच विचारानं घरची माणसं सुखी होऊ शकली नाहीत हे मला ठाऊक आहे, पण मी ज्या मुशीतून घडले त्याविरुद्ध कशी वागू? मला अपयश आलं नाही असं कसं म्हणू? ठोकरा तर अनेक वेळा खाल्ल्या, पण जे मिळवलं ते निखळ!

आताही त्या दिशेनं माझ्या हालचाली सुरू झाल्या. येरवड्याच्या वरिष्ठ अधिकाऱ्यांशी पत्रापत्री, फोन वगैरे. हा मार्ग सोपा नव्हता. सरळ तर नव्हताच नव्हता. एकदाची परवानगी मिळाली. मी पुण्याचं तिकीट काढलं.

वयाच्या पासष्टीनंतर मी हा नवा प्रकल्प हाती घेतला होता. तुरुंग, कैदी, गुन्हेगारांचं जग मी प्रत्यक्षात प्रथमच अनुभवणार होते. एक अनामिक भीती मला घेरून राहिली होती...

. . .

त्यालाही काही सांगायचंय

मी काउंटरवर पैसे भरून रूम ताब्यात घेतली. सामान लावलं आणि जेवणासाठी शेजारच्या हॉलमध्ये शिरले. माणसं गटागटानं येऊन बसत होती. आरामात गप्पा चालल्या होत्या. मी एकटीच असल्यानं कोपऱ्यातली जागा पसंत केली. भिंतीकडे तोंड आणि लोकांकडे पाठ. मला कोणी ओळखीचं भेटायला नको होतं. कुणाशी बोलावं अशी इच्छाच होत नव्हती.

पोऱ्यानं ताट वाढलं. माझं, माझ्यासमोर आणखी कुणाचं. मी कपाळाला हात लावून बसले होते. जेवायला हवं म्हणून येऊन बसले होते. वाढणाऱ्यानं विचारलं,

''या ताटात पोळी वाढू ना?''

''अं? मला काय ठाऊक?''

''म्हणजे? तुमच्याबरोबर कुणी नाही?''

''नाही. मी एकटीच आहे. मी समोरचं पान वाढायला सांगितलं नव्हतं.''

समोरचं ताट उचललं गेलं. मी कसेतरी घास ढकलत होते. गल्ल्यावरचा मालक माझ्यासमोर येऊन उभा राहिला. मऊ आवाजात म्हणाला, ''आपको खाना अच्छा नही लगा?''

''बहोत बढीया है।''

''आपण तर नीट जेवला नाहीत.''

''या वयात बेताचंच जेवलेलं बरं ना?'' तो हसला. ''आइस्क्रीम, फ्रुट सॅलड

काय मागवू?''

''थँक्स. काहीच नको. मी थंड काही खात नाही. त्रास होतो.'' शंभर रुपये थाळी होती, पण त्यानं नव्वद रुपयेच घेतले. मी प्रश्नार्थक नजरेनं पाहिलं. तो हसून म्हणाला, ''तुम्ही एकदम कमी जेवलात. कसे घेणार शंभर रुपये?''

हा आत्मभाव फक्त गुजराती लोकच दाखवतात. पुण्यात हॉटेलात एकटीनं जेवणाची ही पहिलीच वेळ; पण अनुभव सुखद वाटला.

बडिशेप चघळत खोलीवर आले. दिवे घालवून कॉटवर पडून राहिले. रोज लिहायची-वाचायची सवय. आज मुळी आभाळ भरून आलं होतं. मन कोंदटलं होतं.

खरंतर गेली अडीच-तीन वर्षं सुहासचा आणि माझा पत्रव्यवहार चालला होता. पार्श्वभूमी मनात तयार होती. संशोधनात्मक लेखनातला महत्त्वाचा भाग म्हणजे ते स्थळ, ती माणसं यांना प्रत्यक्ष भेटणं. त्यांच्याशी, त्यांच्यासंबंधित इतरांशी संवाद साधणं. त्यातून गुन्हेगारांच्या बाबतीत संशोधनासाठी तर भेटणं अधिक महत्त्वाचं. मला हे सगळं ठाऊक होतं. लेखनाचा आराखडा निश्चित करताना हे सगळं गृहीत धरलंच होतं. तसा पत्रव्यवहार करूनच मी आज भेटायला आले होते. कुणाच्या घरी उतरून त्यांना मनस्ताप देण्यापेक्षा स्वतंत्रपणे हॉटेलात उतरले होत. काय बोलायचं हे मनाशी ठरवून आले होते; पण घरी कॉटवर पडून विचार करणं आणि प्रत्यक्षात भेटायला जाणं यात जमीन अस्मानाचं अंतर होतं.

आजवर मी साधारणपणे सव्वाशे मुलाखती घेतल्या होत्या. मंत्र्यांपासून संत्र्यांपर्यंत, राजकारण्यांपासून समाजकार्यकर्त्यांपर्यंत, धनिकांपासून ते रस्त्यावर राहणाऱ्या – पाठीवर बिऱ्हाड घेऊन हिंडणाऱ्या वंजाऱ्यांपर्यंत अनेकांना भेटले होते. महालात जाऊन उपाशी परतले होते आणि झोपडीच्या दारात बसून 'गरम' कोल्ड्रिंक पिऊन आले होते.

इथं मामला वेगळा होता. मला एका जन्मठेपेच्या कैद्याला भेटायला जायचं होतं. त्यानं दोन खून केले होते! मला कॉटवरची गादी गरम झाल्यासारखी वाटत होती. अंधार मोठा झालासं जाणवत होतं. मी उठून दिवा लावला. अंधार कोपऱ्यात जाऊन बसला. तिथूनच आपल्या अस्तित्वाची खूण पटवू लागला.

मी स्वत:वरच चिडले. का निवडला हा विषय? कुठचा कोण! कुणाचा कोण! त्यानं पाप करायचं आणि मी संशोधन करायला निघालेय. या वयात. काय बोलू त्याच्याशी? कुठल्या शब्दांत? त्याची मानसिकता काय असेल? तो माझ्यावरच भडकला तर?

मला झोप येणंच अशक्य होतं. दिवा तसाच ठेवून मी पडून राहिले. घड्याळाचे काटे माझ्यासाठी थांबणार नव्हते. सकाळी सगळं पटपट आवरलं. काऊंटरवर

चावी देऊन हॉलमध्ये गेले. एवढ्या लवकर काही मिळणार नाही असं कळलं.

"कॉफी मिळेल?"

"कॉफी, ब्रेड-बटर, दूध..."

"मग दूध, ब्रेड-बटर द्या."

तेवढं घेऊन निघाले.

"बाई, रिक्षा लाऊँ?" दारावरच्या गुरख्यानं विचारलं.

"प्लीज"

"किधर जाना है बोलू?" प्रश्न पडला, याला काय सांगू? तरी जीभ रेटून बोलले, "येरवडा जेल." त्यानं विचित्र नजरेनं माझ्याकडे पाहिलं. 'बिचारी एकटीच आलीये. एकटीच जेवली. हिचं कोण तिथं असेल?' असे अनेक भाव त्याच्या चेहऱ्यावर उमटले. मी नजर फिरवली.

रिक्षा आली. बरंच अंतर गेल्यावर रिक्षावाला म्हणाला, "येरवड्याला कुठं?"

"जेलच्या दारात."

"तुमचं कोण आहे तिथं मावशी?"

"माझं? माझं तसं कुणी नाही, पण ती आपलीच मुलं म्हणायची की!"

"तुम्ही सोशलवर्कर?"

"छे! मी लेखिका आहे. त्या मुलांना भेटून त्यांच्याशी बोलायचंय. त्यांच्यावर लिहायचं आहे."

"चांगलं पुण्याचं काम करता बाई. त्यांना तरी कोणाय?" मला एकदम धीर आला. मी म्हटलं, "जरा रिक्षा थांबवता? आपण कॉफी घेऊ." बऱ्याच अंतरावर एक बरं हॉटेल दिसलं. रिक्षावाल्याला म्हटलं, "तुम्हाला चहा-कॉफी काय हवं ते मागवा."

त्यानं चहा घेतला. मी कॉफी घेतली. मग रिक्षा थेट जेलपर्यंत गेली. थोड्या अंतरावर थांबली. "दाराजवळ थांबवायला बंदी आहे." त्यानं माहिती पुरविली. पैसे चुकते करून मी उतरले. गेटमधून आत शिरले. पुढे निघाले. पोलिसांची करड्या आवाजात हाक आली, "अहो आजीबाई, कुठं निघालात? थांबा!" त्या आवाजानंच माझ्या पायात मणामणाच्या बेड्या घातल्या. आता 'या' आवाजाशी मुकाबला करायचा होता.

"कुठं निघालात?"

"आत भेटायला. अपॉइंटमेंट घेतली आहे."

"भेटायची वेळ आता नसते."

"मला साडे दहाची वेळ दिलीये." मी हातातलं पत्र पुढे केलं. "थांबा इथंच." असं बजावून ते पोलीस (दादा) आत गेले. मी तशीच अल्ट्राव्हायोलेट रेज अंगावर

घेत मैदानात उभी. तेवढ्यात दुसऱ्या एकाला माझी दया आली. ''बाई, तुम्ही तिथं झाडाखाली बसा.'' त्यानं सांगितलं. एरवी झाडाखाली वारा अंगावर घेण्याचं सुख मी अनेकदा अनुभवलंय; पण इथं मला ही दया नको होती. कुणीतरी अडाणी बाई आपल्या लेकरासाठी साकडं घालायला आली असावी असं सगळं चाललं होतं.

आता मला आत बोलवलं गेलं. प्रचंड मोठ्या लोखंडी दरवाजाचं लहानसं प्रवेशद्वार उघडलं गेलं. एका रजिस्टरवर नाव-गाव-पत्ता-काम हे सगळं लिहून द्यायला सांगितलं.

''अहो, त्या पत्रात आहे लिहिलेलं.''

''कबुलाय, पण इथं नियम आहे ना! आम्ही नियमाचे ताबेदार.'' मी सर्व लिहिलं. मग मला समोरच्या टेबलाशी बोलावलं. ''पर्स उघडून दाखवा, हातातली पिशवी, डब्यात काय आहे?'' वगैरे तपासण्या. आता मला हसायला येत होतं. मी कुठलातरी ॲटम बॉम्ब घेऊन चाललेय किंवा बाटलीतून विषारी पेय घेऊन निघालेय, असा प्रकार चालला होता; पण तपासणी करणारे पोलीस सभ्यपणे म्हणाले, ''बाई, आम्हाला हुकमाप्रमाणे वागावं लागतं. साहेब येतील एवढ्यात. तुम्ही बसून घ्या.'' त्यांनी खुर्ची पुढे केली, पण मी तिथल्या पायरीवरच टेकले. तिथून मला आतले कैदी दिसत होते. मधूनच पोलिसांची ये-जा, भल्या दांडग्या मालवाहतूक गाडीची ये-जा दिसत होती. अकराच्या सुमाराला एक पोलीस आले आणि म्हणाले, ''मॅडम, आपण आत बसा. साहेब एवढ्यात येतील.'' पत्र साहेबांपर्यंत पोचलं तर!

मी आतल्या दालनात गेले. सोबत फक्त पाण्याची बाटली. दोन घोट पाणी पिऊन निवांत टेकले. चौफेर नजर फिरविली. प्रवेशद्वाराच्या डाव्या हाताकडच्या तक्त्याकडे लक्ष गेलं -

उघडते वेळची संख्या	३८८३
खुले कारागृह	------
महिला कारागृह	------
एकूण संख्या	------

दोन वेळा तक्ता वाचला. चार वेळा दाराकडे पाहिलं. पाच-सहा वेळा तिथल्या तसबिरी पाहिल्या. घड्याळाचा काटा धावतच होता. मग तोही कंटाळून हळूहळू पुढच्या घरात गेला. तब्बल दीड तासानं पिचडसाहेब आले.

''माफ करा. राउंडला गेलो होतो. कामं संपल्याखेरीज येता येत नाही.'' त्यांच्या बोलण्यानं मी एकदम हुशारले. दडपण कमी झालं. ''त्याला मी बोलावणं

पाठवलंय. येईल एवढ्यात.'' साहेब म्हणाले.

तो आला. मी प्रथमच त्याला पाहत होते. माझे सगळेच अंदाज चुकले होते. मी अडतीस वर्षं लेखन करतेय. चाळीस वर्षं व्यासपीठावर आहे. देशात-परदेशात माणसं वाचत हिंडलेय, पण माझा अंदाज एवढा सपशेल कधीच चुकला नव्हता.

हा? हा सुहास जोशी? किरकोळ शरीरयष्टीचा, भावरहित चेहऱ्याचा, उजळ रंगाचा (गोरा नव्हे), बेताच्या उंचीचा. हा मुलगा इतकी उत्कट पत्रं लिहू शकतो? इतके नेमके, अचूक शब्द वापरून रसग्रहण करू शकतो? हा विवेकी आहे की माथेफिरू?

या मुलानं....

त्यानं हात जोडले. ''नमस्कार!'' मी वेंधळ्यासारखी हसले. पिचडसाहेबांनी विचारलं, ''यांची तुझी काय ओळख?''

''पत्रानं.''

''तू यांना काय पत्र लिहीत होतास?''

''त्यांचं लेखन मला आवडतं. मी अभिप्राय लिहीत होतो.'' आवाज थंड. बोलणं खालच्या पट्टीतलं.

''त्या तुला भेटायला आल्यायत. गांधी यार्डात व्यवस्था केलीये. तू जाऊन बस.''

''तुम्ही विजय बेंद्रे साहेबांना भेटा. मग त्याच्याशी बोला.'' त्यांनी मला सूचना केली.

''ते कुठे बसतात?''

''हा तुम्हाला घेऊन जाईल.'' एक कॉन्स्टेबल मला वरच्या मजल्यावर घेऊन निघाला. पायऱ्या उंच-उंच. दोन मजले चढल्यासारखं वाटलं. ''नमस्कार!'' मी हॉलमध्ये शिरताना म्हटलं. विजय बेंद्रे - सावळा वर्ण, तिखट नजर, करडा चेहरा. कारागृह-अधीक्षक या पदाला शोभेसं व्यक्तिमत्त्वं. ''बसा.'' ते म्हणाले. मी बसले (हा माणूस याच आवाजात बोलणार काय? कठीण आहे.)

''तुमचा या जोशीशी संबंध काय?'' त्यांनी विचारलं.

''संबंध काहीही नाही. लेखक-वाचक हे नातं. त्यानं माझी पुस्तकं वाचून त्यावर अभिप्राय कळवला आणि ओळख झाली.'' त्यांच्या प्रश्नावरून कसलाच अंदाज येत नव्हता.

''तेवढ्यावर भेटायला आलात? मुंबईहून?''

''तसं नाही. त्याच्या लेखनातून मला जाणवलं, हा हुशार मुलगा आहे. चांगल्या कुटुंबातून आलाय. शिकलेला आहे. मग यानं गुन्हा का केला असेल? एक लेखिका म्हणून माझी उत्सुकता जागी झाली. पत्रव्यवहार वाढवला. मग मला

वाटलं, हा अभ्यासाचा विषय आहे. अशा मुलांची मानसिकता जाणून घ्यायला हवी. त्यातून लेखनाला विषय मिळेल.''

''म्हणजे तुम्ही सामाजिक कार्यासाठी...''

''नाही, मी माझ्यासाठी हे करायचं ठरवलंय. माणूस जाणून घ्यायचा, एक वेगळं जग समजून घ्यायचं, म्हणून मी हे काम हाती घेतलंय.'' (माझ्या आवाजाला हळूहळू कंप येत होता.) तेवढ्यात त्यांनी घंटा वाजवली. ''त्या सुहास जोशीला घेऊन ये रे!'' शिपाई सुहासला आणायला धावला.

बेंद्रे साहेब भराभर कामं हातावेगळी करत होते. माणसं येत होती-जात होती. मी अवघडलीशी बसले होते.

सुहास जोशी आला. अंतरावर उभा राहिला. आता त्याच्या गांधी टोपीकडं, कैद्याच्या विवक्षित पोशाखाकडं अन् चेहऱ्याकडं माझं एकदमच लक्ष गेलं.

''नाव काय रे तुझं?'' बेंद्रे साहेबांनी विचारलं. ते आता काही प्रश्न मुद्दामच विचारणार याचा मला अंदाज आला.

''सुहास जोशी.'' त्याच दबल्या आवाजात, पण शांत उत्तर.

''काय केलंस तू? गुन्हा कोणता केलास?''

''खून केले. दोन.''

''चुकून केलेस?''

''नाही ठरवून.''

''प्री प्लॅन्ड मर्डर! कुठल्या हत्यारानं केलेस?''

''कोयती.''

आता माझ्या कानातून गरम वाफ बाहेर पडत होती. हृदयाचे ठोके कमालीचे वाढले होते. अशीच प्रश्नोत्तरं चालू राहिली, तर मी जागीच गोठून जाईनसं वाटत होतं. त्याच्याशी बोलताना ते माझ्याकडे पाहत होते. माझ्या चेहऱ्यावरचे भाव टिपत होते. त्यांनी एकदम विचारलं, ''यांची-तुझी कुठली ओळख?''

''पुस्तकांतून. मी त्यांची पुस्तकं वाचली.''

''आणि पत्रं पाठवलीस?''

''हो.''

''किती पत्रं लिहिली यानं?'' मला विचारलं.

''कितीपेक्षा काय पद्धतीनं लिहिली याचं मला विशेष महत्त्व वाटलं. लेखनातून त्यांचा अभ्यास जाणवतो. त्यांचा सुसंस्कृतपणा जाणवतो. म्हणूनच मला आश्चर्य वाटलं'' - बेंद्रे साहेब हसले. ''तू जा. त्या येतील भेटायला.'' तो गेल्यावर बेंद्रेसाहेब किंचित सैलावले. म्हणाले, ''तुमचं डेअरिंग आहे. कुणालाही उत्तर पाठवता?'' ''माझ्या वाचकांचा मी मान ठेवते. ते मोठ्या विश्वासानं लिहितात.''

"मी तुमचं नाव बरंच एकलंय. तुमचं लेखन वाचलंय. साहित्याची आवड आमच्या घरातच आहे."

"आपण कविवर्य बेंद्र्यांचे कुणी...?"

"मी त्यांचा नातू." ते हसून म्हणाले.

"अरे!" मी त्यांच्याकडे प्रथमच डोळे भिडवून पाहिलं. आताचं त्याचं रूप, बोलणं, आवाज सगळं वेगळंच वाटत होतं – कविवर्यांच्या घराण्याशी नातं सांगणारं! तितक्यातच नोकरानं पाणी आणून ठेवलं. त्यांचे आभार मानून मी उठलेच.

खाली गांधी यार्डाकडे निघाले. मधला दरवाजा उघडला गेला. मी तुरुंगाच्या हद्दीत प्रवेश केला होता. अधिकाऱ्यांच्या चाचणीत मी पास झाले होते. आता मला आणखी मोठी परीक्षा द्यायची होती. गांधी यार्डात मी प्रवेश केला.

दोन कैदी बागेत खणत होते. त्यांनी माझ्याकडे पाहिलं, मी त्यांच्याकडे. पोटात कसंतरीच झालं. माझ्यामागे बंदूकधारी पोलीस उभा होता. "इथं बाथरूम कुठं आहे?" मी खालच्या आवाजात विचारलं.

"त्या बिल्डिंगीत. चला दाखवतो."

पुन्हा जिना चढून कार्यालयात गेले. एका स्त्रीनं बाथरूम दाखवली. बाहेर आल्यावर घटाघटा पाणी प्याले. खाली आले. पोलीस मला घेऊन गांधी यार्डात गेला.

समोर महात्माजींचा पांढरा शुभ्र अर्धपुतळा. कोपऱ्यातली उजव्या हाताची, दार नसलेली खोली. मध्ये मोठं लाकडी टेबल. जुनंपानं. त्याच्या एका बाजूला बाकावर सुहास बसलेला. दुसऱ्या बाजूला खुर्चीवर मी. माझ्या मागे भिंत. भिंतीलगत दाराशी बंदूकधारी पोलीस. सुहासच्या बाजूला दाराशी दुसरा बंदूकधारी पोलीस. माझ्या अंगातलं त्राण गळत चाललं होतं.

"तुम्हाला भेटावं अशी खूप इच्छा होती. तुमचं 'लावण्यखुणा' मी पाच वेळा वाचून काढलं. राहवेना, तुम्हाला पत्र लिहिलं." आता त्याचा आवाज स्निग्ध होता. बोलताना तो अडखळत होता. थांबत होता. "तुमच्याशी बोलताना अवघड वाटतं. मला खूप सांगायचंय, पण... कळतच नाही कसं बोलू... माझ्या काही चुका झाल्या तर समजून घ्या. मला नीट सांगता येत नाही. लेखक खूप असतात... स्वत:पुरते. पण तुम्ही भेटायला आलात. एका खून केलेल्या गुन्हेगाराला... तुम्ही फार मोठ्या आहात!" त्याचा आवाज दाटून आला होता. "तुम्ही मला किती वेळ द्याल?"

"आता फक्त एक तास माझ्या हाताशी आहे. सगळ्या फॉरमॅलिटीजमध्येच दोन तास गेले. तुम्ही मोकळ्या मनानं बोला."

''बोलतो. बोलावं अशा तुम्हीच मला आहात. बाकी जगानं मला टाकलंय. मी गुन्हा केलाय, कबूल; पण त्यामागचं कारण समजून घ्या. अन्याय सहन कारायलासुद्धा एक मर्यादा आहे.

''मी चूक केलीये. खूप पश्चात्ताप होतोय. त्या एका चुकीनं आयुष्याचा नाश करून घेतला. घरदार, माझी माणसं सगळ्याला मुकलो. माझी बाजू समजून घ्या. हे वाचा आणि सांगा. मी हे पाप का केलं? काय घडलं.'' त्यानं माझ्यापुढे कागद सरकवले.

''काय आहे?''

''मला जे म्हणायचंय ते सगळं सत्य आहे. तुमच्यापुढे सगळं सांगायचा धीर होणार नाही, म्हणून काल रात्री बसून लिहून काढलं. ते वाचा. मग मला पत्र लिहा.'' त्याचा आवाज स्थिर होता. शांत होता. चेहरा निश्चल होता. ''तुमच्या भाषेत मनाचा ओलावा आहे, विश्वास वाटावा असा. म्हणून तर पत्र टाकलं. तुमच्या उत्तरानं विश्वास दुणावला. आपण गांधी यार्डात बसलो ते फार चांगलं झालं. गांधीजींसमोर बसून मी खोटं बोलणार नाही.

''मी गोव्याचा. इथं येऊन पडलो. घर, घरची माणसं... मला आमच्या गोव्यातल्या जेवणाची आठवण होते. इथलं जेवण नको वाटतं.''

''तुम्ही इथं शिक्षा भोगताय. जेवणाबद्दल तक्रार करून कशी चालेल?''

''कळतं मला, पण मला माझ्या गोव्यातल्या तुरुंगात टाका ना! तिथली माती, तिथली हवा माझ्या सवयीची आहे. तिथला नुसता भातसुद्धा मी आवडीनं खाईन. तुम्ही माझ्यासाठी शब्द टाकाल?''

''मी कुणाकडे शब्द टाकू? आणि तुमच्या घरच्यांना तुम्ही हवे आहात?''

''नको आहे. मला कुणीच भेटायला येत नाहीत. ते एकमेकांना भेटतात. त्यांना कुणाला माझ्यासाठी वेळ नाही. फक्त तुम्ही मला समजून घेतलंत.''

''तुम्ही काही कर्तबगारी गाजवली असतीत तर त्यांनी तुमच्यासाठी मुद्दाम वेळ काढला असता; पण तुम्ही काय चांगलं कृत्य केलंय म्हणून त्यांनी भेटायला यावं? तुमच्या या कृत्याचा तुमच्या कुटुंबाला किती त्रास झाला असेल! त्रागा किंवा दु:ख करण्यापेक्षा त्यांचा विचार करा.''

''गोव्याची आठवण काढत मी इथंच प्राण सोडणार. माझं शरीर पूर्ण खिळखिळं झालंय!''

''असं बोलू नका. तुम्ही शिकलेले आहात. त्या ज्ञानाचा उपयोग करून घ्या. जे तुम्हाला विसरलेत त्यांचा राग धरू नका. त्याचा तुम्हालाच त्रास होईल. ज्यांना तुम्ही हवे आहात त्यांच्यासाठी जगा. इथल्या बरोबरीच्या मित्रांना एकत्र आणा. चांगलं काम करा. एकमेकांना प्रेम द्या. इथं तुमचं चांगल्या मुलांचं एक जग उभं

करा.'' मी पुन्हा माझ्यात येत होते. आता आत्मविश्वासानं बोलत होते.

''तुम्ही पुन्हा याल?''

''हो. मी जमेल तेव्हा तेव्हा येत जाईन.''

''माझ्या आणखी मित्रांनापण भेटाल? त्यांच्याशी बोलाल?''

''जरूर!''

आता बाहेरचे बंदूकधारी कंटाळले होते. असल्या अळणी बोलण्यात त्यांना रस नव्हता.

आम्ही उठून बाहेर आलो. ''हा पुतळा बघून जा.'' सुहासनं आग्रह केला. आम्ही पुतळ्याशी आलो. तो क्षणभर तिथंच उभा राहिला. ''हे स्थान मला पवित्र वाटतं.'' तो एकदम म्हणाला. मला खूप छान वाटून गेलं. पत्रातला सुहास या एका वाक्यात, या एका क्षणात मला सापडला होता. माझा अंदाज चुकला नव्हता.

वेळ संपली. मला सूचना दिली गेली. मी उठले. तोही उठला. खालमानेनं दरवाजापर्यंत आला. त्या अजस्र दरवाजाची एक लहान चौकट उघडली गेली. मी बाहेर पडले. त्यानं फक्त वर मान करून हात जोडले.

रखरखीत उन्हाची, भर दुपारची वेळ. पोटात खड्डा पडलेला, पण भूक करपून गेली होती. मन कसनुसं झालं होतं. आधीच्या कल्पना धडधडून कोसळल्या होत्या. आता एकच एक विचार - याला जगवायला हवं. जीवनाला सन्मुख करायला हवं. याच्या चेहऱ्यावर हसू पेरायला हवं. मी काय करू? कुठून बळ आणू?

माझ्याकडे देण्यासारखी एकच गोष्ट होती - माया! इतकी आणि अशी की, त्याला जगावंसं वाटलं पाहिजे.

मी उतरले होते त्या हॉटेलात आले. काहीतरी पोटात ढकललं आणि पडून राहिले. माझी झोप गेली होती. डोळ्यांपुढे तो प्रचंड दरवाजा आणि त्याआडचा तो कैदी! चौदा - सोळा - वीस... किती वर्षं हा इथं राहणार? आकाशाच्या कोऱ्या पाटीवर मनातली अक्षरं कोरणार? याचा जगण्याचा उद्देश? हेतू? आणि मग? इथलं आकाशही परकं होणार. बंद दरवाजाबाहेरचं मोकळं जग अधिक भयावह!

केव्हातरी अंधार दाटून आला. खिडकीबाहेरची पानं सळसळत होती. बाहेरच्या प्रकाशात झाडं, फांद्या, पानं वेगवेगळे आकार घेऊन मला खुणावत होती. मी चटकन उठले. तोंडावर पाण्याचा हबका मारला. जाऊन खिडकीपाशी उभी राहिले.

आता अंधाराला शब्द फुटले होते. वेगवेगळे आकार. ते माझ्याचकडे रोखून पाहत होते. हे असं काय वाटतंय मला? मी घाबरले होते का? कुणाला? थंडपणे सांगणाऱ्या सुहासला? मी आजवर पाहिलेलं, अनुभवलेलं जग वेगळं होतं. हे जग अगदी वेगळं. सिनेमात, कथा-कादंबऱ्यांत भेटणारी माणसं वेगळी. ही निराळी. तोंडावरचा रंग पुसून, पडदा बाजूला सारून प्रत्यक्ष समोर ठाकलेली.

‘होय, मी हे केलंय’ असं सांगणारा सुहास. या मुलाशी मी संवाद साधू शकेन? जगण्यातला आनंद त्याच्यापर्यंत पोचवू शकेन?

मी स्वत:ला अंधारातून बाजूला ओढलं. निराशेत, प्रश्नचिन्हांतच बुडवून ठेवणारा अंधार मला नको होता. मी फटाफट दिवे लावले. कॉटवर उशा नीट लावून घेतल्या. स्वत:लाच धीर दिला. ‘लेखकानं जग समजून घेतलं पाहिजे. अनुभव ‘जगले’ पाहिजेत.’

सुहासचे कागद उलगडले. मी एका नव्या जगात प्रवेश करत होते -

(सुहासची कैफियत)

सौ. गिरिजाताई यांस,

सप्रेम नमस्कार,

पाच-सात वर्षांपूर्वी माझ्या जीवनात उठलेल्या एका वादळाची हकिगत आज मी आपणाला पत्राने कळवतो आहे. आपण संवेदनशील, प्रथितयश लेखिका, व्यासंगी, विदुषी आहात, म्हणूनच माझं मनोगत मी प्रांजळपणे व्यक्त करतोय. त्याला आपण न्याय द्याल, ह्यास्तव हा पत्रप्रपंच सहेतुक करतो आहे. माझ्या सदसद्विवेकबुद्धीला स्मरून रास्त आहे तेच लिहिण्यावर माझा भर राहील.

१९९१च्या सुरुवातीला मुंबईतल्या बेकारांच्या तांड्यातला एक घटक, ह्या नात्यानं मी बेकारीचे चटके सोसत प्लेसमेंटची दारं ठोठावत होतो. उमेदवारीच्या त्या काळात फोर्टमधल्या दावर्स इन्स्टिट्यूटमधून एक कॉललेटर मिळालं. नरीमन पॉइंटच्या मित्तल कोर्टमधल्या नवव्या माळ्यावर 'The Bank of California N.A.' असं लखलखीत सोनेरी अक्षरात टायटल असणारं भारदस्त ऑफिसचं प्रवेशद्वार मला, माझ्या जीवनाला आकार देईल, असं प्रथमदर्शनी वाटलं आणि करिअर करण्यासाठी ही सर्वोत्तम संधी असल्याची जाणीव झाली. प्रवेश करताच एअरचिल्ड वातावरण, वेल इक्विप्ड, टर्मिनल्सचा चमचमाट पाहून मी प्रभावित झालो. रिसेप्शनिस्ट मला Assistant vice President ‘कल्याण सुंदरम्’ यांच्याकडे घेऊन गेली. नोकरीसाठीची मुलाखत एकदम जुजबी होत असल्याची जाणीव मला झाली. कल्याणनं मला बँकेचं कामकाज आणि इतर माहिती थोडक्यात करून दिली. प्रातिनिधिक स्वरूपावर, कमिशन बेसिस असा त्या बँकेचा व्यवसाय होता. शीर्षक बँकेचं, पण कॅश काउंटर सर्व्हिस ९१ पर्यंत सुरू झालेली नव्हती. त्या ऑफिसला कम्युनिकेशन रूमकरिता ऑपरेटर हवा होता. त्यांनी माझा अनुभव आणि वय पाहून माझी निवड केली आणि पुढच्या महिन्याच्या सुरुवातीपासून कामावर येण्याचे तोंडी आदेश दिले.

इंटरव्ह्यू सुरू असताना कल्याणच्या मागे उभी राहून एक चुणचुणीत मुलगी आमचं बोलणं ऐकून आमच्याकडे वटारलेल्या डोळ्यांनी पाहत होती. नोकरी देऊ करत असलेल्या कल्याणच्या डोळ्यांत मी एक विलक्षण चमक पाहू लागलो. कल्याणनं माझी ओळख त्या मुलीशी करून देत तिचं नाव 'मीना वकीलना' असल्याचं सांगितलं. ती माझी इमिजियट बॉस असून ती कस्टमर सर्व्हिसेसची ऑफिसर असल्याचं मला सांगण्यात आलं. कम्युनिकेशन रूममध्ये मीना मला घेऊन गेली आणि मला प्रॅक्टिकल करायला लावलं. टेलिप्रिंटर, टेलेक्स, फॅक्स मी सहजतेने हाताळलं, पण इंटरनेट येताच खोळंबलो. तिथे इनचार्ज असलेल्या अय्यर मॅडमच्या हाताखाली आठवडाभर सराव करण्याचा आदेश देऊन मीना तिच्याच तोऱ्यात निघून जाताना मी पाहिलं. एक तारखेपासून येण्याचं फर्मावलं असतानाही मी आठ दिवस आधीच सरावासाठी, अय्यरचं मार्गदर्शन घेण्यासाठी येत राहिलो.

जगभरात सर्व शहरात बँकेच्या शाखा पसरलेल्या असल्याने अक्षरश: दिवसाचे किमान अठरा तास तरी इंटरनेट बीप बीप करत राहायचं. मी आणि ललिता अय्यरनं कामाच्या वेळा विभागून घेतल्या. रात्री अकरापर्यंत राहू शकणारा ऑपरेटर त्यांना मिळाल्यानं सकाळची ड्युटी ललितानं आपणहून घेतली. पुढे विवाहविच्छेद झाल्यानं ललिता नोकरी सोडून चेन्नईला निघून गेली. त्यामुळे कामाचा सारा भार फक्त माझ्यावर पडला. एव्हाना मी कामात तरबेज झाल्यानं सकाळी सव्वासहा ते रात्री अकरा वाजेपर्यंत एकूण नऊ हॉट लाईन्सवर काम करून करून थकून जात होतो. परंतु माझे ते सुरुवातीचे दिवस असल्यानं मी विनातक्रार काम करत राहिलो. तीन आठवडे असं अहोरात्र काम केल्यानंतर नवीन ऑपरेटर दिमतीला देण्यात आला. त्या वेळी कुठं मला श्वास घ्यायला वाव मिळाला. मला स्वत:चं, वैयक्तिक असं घरगुती काम करायला वाव मिळत होता तो फक्त रविवारी! पण पुढच्या काही महिन्यांत कल्याणनं माझी ती संधीही घालवून दिली, कारण एवढंच की, आठवड्याचं बॅक-अप अपडेट करण्याचा तोंडी आदेश त्यानं मला दिला. त्या वेळी बँक मला दरमहा पंधराशे रुपये वेतन देत असे. रोज लोकलमध्ये बसल्यावरही ऑफिसचे विचार मनातून निघत नसत.

काम करणारे सर्व तिशीच्या आतले होते. दुपारी लंच टेबलावर तोंडापुरतं बोलणं व्हायचं. सारेच उमेदवार तरुण, कामसू असूनही तोंडभरून बोलणं व्हायचं नाही. सारेच कसे घुसमटलेले, दबावाखाली राहायचे. मला विस्मय वाटायचा. असे दिवस सरता सरता आम्ही सर्व वेठबिगार आहोत का अशी शंका डोकावायची! आयकार्ड, अपॉइंटमेंट लेटर, पे स्लीप, मस्टर - काहीच नाही. शिवाय कोणतेही भत्ते नाहीत. सर्वत्र असा अंधकार वाटायचा. कुणाला विचारणार? विचारलंच, तर

ठरावीक उत्तर मिळायचं, 'ये मीना-कल्याण की कंपनी है। नहीं परवडता है तो छोडके जाओ।' असा सूर कानी पडायचा. आपलं अस्तित्व काय? आपलं भविष्य काय? हे प्रश्न सलत राहायचे. जो तो आपल्या टर्मिनलमध्ये तोंड खुपसून मान मोडेपर्यंत नऊ तास तरी खपायचा. इतर स्टाफ रोज थोडा वेळ त्यांचे मेसेजेस रिले करण्याकरता कम्युनिकेशन रूममध्ये यायचे तेव्हा माझ्याशी ते दोन मिनिटं खुलून बोलायचे, तेवढाच विरंगुळा! त्या वेळी माझी रूम एअर टाइट, चिल्ड असल्यानं त्यांना संवाद साधण्यासाठी ती योग्य जागा वाटायची. बाकी त्यांना काम करताना हॉलमध्ये बसावं लागायचं. अशा वेळी बरेच जण माझ्याशी मोकळेपणी बोलल्याचं समाधान मानून घ्यायचे. मलाही जाणीव झाली की, माझ्याएवढे तेसुद्धा नोकरीत दुःखी आहेत. त्यांपैकी काही जण न सांगता नोकरी सोडून जायचे किंवा दुसरीकडे जाण्याचा प्रयत्न करायचे. नाहीतर कल्याण-मीना त्यांना किचकट, अवाजवी काम देऊन कंटाळून सोडायचे.

स्टाफ येत-जात राहिल्यानं ऑफिस म्हणजे बदलता रंगमंच वाटायचा. त्या द्वयींना आव्हान देणारं कुणी उभं राहीना. तशातही आम्हा सर्वांना मोठं कुतूहल वाटायचं ते बँकेचे मुंबई ऑफिसप्रमुख चांदूरकर एम. व्ही. साहेब यांचं. कारण टिपटॉप सुटाबुटात वावरणारा तो साहेब, तोंडात पानाचा तोबरा असल्यानं आणि वरिष्ठतम साहेब म्हणूनही स्टाफशी बोलत नसे. रोज सकाळी दहा वाजता लेजर क्लोजिंग बॅलन्स विचारायला चांदूरकर माझ्या टर्मिनलवर यायचे. तेवढाच त्यांचा दिवसभरात संबंध यायचा. चांदूरकर वॉशिंग्टन ब्रँचमध्ये अठरा वर्षं मॅनेजर होते. (हा त्याचा बायोडेटा आम्हाला पुढं पुढं माहिती पडला.) कल्याणने कॅलिफोर्निया हेड ऑफिसमध्ये, सॅनफ्रॅन्सिस्कोमध्येही सहा महिन्यांचं ट्रेनिंग घेतलं होतं आणि आता मीनाही फॉरेन टूरच्या प्रयत्नात होती.

अशा स्थितीत मी BANCAL मध्ये एक वर्ष पूर्ण केलं. माझ्या कामाचा झपाटा पाहून कल्याणनं मला पहिली लेखी ऑर्डर देऊन कम्युनिकेशन इनचार्ज बनवून पगारही अडीच हजार केला. माझा पार्टनर यशवंत माझा असिस्टंट झाला. रिसेप्शनिस्ट चित्रा माझ्यानंतर येऊनही पगारात माझ्यापेक्षा पुढे गेली. तिचं टेबल कल्याणच्या समोरच होतं. कल्याण तिला एअर-होस्टेस म्हणून चिडवायचा. त्या वर्षाच्या सुरुवातीला मनिलाहून जोसेफीन लोपेझ चेक प्रोसेसिंगचं ट्रेनिंग द्यायला ऑफिसमध्ये आली होती. कल्याण, चांदूरकर तोंडात लाल रंगाची पेस्ट घालून चघळत काय बसतात? हे ती कुतूहलानं विचारायची. आमचे ग्रुप फोटो काढून जाताना ती ते सोबत घेऊन गेली. या काळात यशवंत आणि मी सायंकाळ-सकाळची ड्युटी आपसांत ॲडजेस्ट करून घ्यायचो. ऑफिसमधल्या प्रत्येक स्टाफवर कामाचा ताण असायचा. तर त्या दोघांना-(कल्याण-मीनाला) फावला

वेळ पुरेसा मिळूनही दुसऱ्याच्या मागे शुक्लकाष्ट काय लावायचं याचे बेत आखण्यातच वेळ जायचा. कल्याणच्या आवडीची हळदीची बारीक चिरलेली भाजी मीना डब्यातून आणायची. त्याच्या लहरीप्रमाणे ऑफिसमध्ये फेसाळ फिल्टर कॉफीही तीच बनवून द्यायची, कारण कल्याण ऑफिसचा सर्वेसर्वा होता, तर चांदूरकर नावापुरताच. दर महा आमचा पगार बाजूच्या ओबीसी बँकेतून वाटला जायचा. अशाच एका महिन्यात आम्ही कल्याणनं दिलेलं पेमेंट ऑर्डरचं पत्र घेऊन ओबीसी बँकेत गेलो आणि आमचे डोळे विस्फारले. एकूण एकवीस नावांपुढे, त्यांना दिला गेलेला पगार आकड्यांत दाखवला होता. आम्ही सर्व स्टाफ चार हजारांच्या खाली होतो, तर मीना चोवीस हजार, कल्याण चाळीस हजार आणि श्रीयुत चांदूरकर मोजून रोख तीन लाख चार हजार घ्यायचे. ही तफावत आम्हा स्टाफला चक्रावून टाकणारी होती.

मीनाला बँकेत आधिकाराची जागा होती आणि तिला सत्ता गाजवायची उपजत हौस होती. तिच्या नखऱ्याला, तोऱ्याला बळी पडलेली उदाहरणं मी डोळ्यासमोर पाहत होतो. स्मिता परब चेक प्रोसेसिंगमध्ये नव्यानं आली होती. कॉन्वेंट एज्युकेटेड, पोस्ट ग्रॅज्युएशन पूर्ण केलेल्या स्मिताला मरीन लाईन्सला जर्नालिझमचा कोर्स पूर्ण करायचा असल्यानं तिनं ऑफिसमध्ये दोन तास उशिरा येण्याची परवानगी मागितली. पण काळ्या कल्याणनं तिच्या नकळत दोन चेक्स डस्टबिनमध्ये टाकून, वर कांगावा करून तिला घालवून दिलं. म्हणजे त्यांना शिक्षणात वरचढ झालेलं कुणी नको होतं. ९२ च्या मे महिन्यात लग्न होऊन कल्याण तंजावरहून ऑफिस दाखवायला आपल्या बायकोला सोबत घेऊन आला होता; पण त्याअगोदर आम्हाला डाटा एन्ट्री ऑपरेटर चंद्रमौळी अय्यंगाराकडून कुणकुण लागलीच होती. बदलत्या आणि स्वैर स्वभावाच्या कल्याणला एक नाद होता, तो म्हणजे नोकरीची आमिषं दाखवून दर सहा महिन्यांनी नवनवीन चेहरे पाहण्याचा. खास तामिळी शैलीतली इंग्रजी आणि रंगलेल्या तोंडानं इंटरव्ह्यू घेण्याचा त्याचा विक्षिप्तपणा नवीन उमेदवारांना चक्रावून टाकायचा. जुनी एस.एस.सी. उत्तीर्ण असलेला कल्याण उन्मादात वागण्याचं कारण म्हणजे सॅनफ्रान्सिस्को ऑफिसमध्ये त्या रीजनचे हेड असलेल्या पी.व्ही. एन. चारींचा उघडउघड पाठिंबा होय. हेच चारी साहेब मुंबईत बिझनेस टूरवर आले असताना आमचा सुपरवायझर लीलाधर जामसंडेकर आणि आम्ही त्यांना भेटून आमच्या समस्या, गाऱ्हाणी सांगितली, परंतु उपयोग झाला नाही. कारण त्यांनी बोट दाखवलं ते चांदूरकरांकडे आणि मोठे साहेब असूनही कल्याणचं नाव घेत चांदूरकर विश्वामित्री पवित्र्यात उभे राहिले.

दुसऱ्या दिवशी कल्याणला आम्ही सांगू लागलो, तर बेमुर्वतखोरपणे तो म्हणतो, “आज तक का हिसाब लो और चालू पडो।” कल्याण-मीनाच्या अनिर्बंध

वागण्यावर काही वैध उपाय आहेत का, यावर चर्चा करण्याकरता आम्ही स्टाफ एका शनिवारी कुलाब्याच्या हॉटेलमध्ये सायंकाळी जमलो. "कुछ तो सोचो। करना पडेगा कुछ" वगैरे अळणी वाक्यांवर मीटिंग संपली. मुलुंडहून येणारा विजय कट्टी म्हणाला, "एवढं मरणाचं काम असेल तर सोमवारपासून ऑफिसात जाऊ नकोस, असं वडिलांनी सांगितलंय." आम्ही लोकल युनियन करू पाहत होतो, तर सुरुवातच अशी ढासळत्या बुरुजानं पाहावी लागली. त्या अवधीत माझी कम्युनिकेशन रूम प्रोग्रॅम पॅकेजेसनी अपडेट करायची म्हणून हाँगकाँग ब्रँचने 'थॉमस' नावाचा सॉफ्टवेअर इंजिनिअर पाठवला होता. एकंदरीत ऑफिसचं वातावरण आणि अबोल ऑपरेटर पाहून त्याला आश्चर्य वाटलं. त्यानं ते बोलूनही दाखवलं.

असं होता होता ९२ ची दिवाळी आली. डिस्पॅचची मुलगी शर्मिला तोलानी मेसेज पाठवायला इंटरनेटवर यायची तेव्हा गप्पा-टप्पा टाळण्यासाठी तिचे मेसेजेस लोड करून मी पाठवायचो. दिवाळीपूर्वी तिच्या कुटुंबीयांनी वैष्णवदेवीची यात्रा करण्याचं ठरवलं. त्याकरता तिला सुट्टी हवी होती. सुट्टीसाठी केलेला लेखी अर्ज पाहून मीना खेकसली. "पूजा-मंदिर सब घर मे, यहाँ कुछ मत माँगो" असं म्हणत मीनाने शर्मिलाचा अर्ज फाडून टाकला. शर्मिलाचा चेहरा रडवेला झाला. तशातच विदाऊट पे सुट्टी द्या, असं कल्याणकडे तिनं म्हणताच कल्याणनं तिचा हिशोब केला. तेव्हा मात्र ती बांध फुटल्यागत रड-रड रडली.

सकाळची शिफ्ट मला रोज सकाळी साडेदहाच्या आत ऑफिसमध्ये यायला भाग पाडायची. थॉमसकडून एक पॅकेज मीनानं लोड करून ठेवलं होतं. त्यामध्ये मी नेट किती वाजता ॲक्सेस केलं हे रेकॉर्ड व्हायचं. त्यात घरून सकाळीच मीनाचा झोपाळलेला आवाज विचारायचा – कालच्या डेली ॲक्टिव्हिटि स्टेटमेंटमधला क्लोजिंग बॅलन्स! टिळकनगर चेंबूरहून मी सकाळी सहाला येऊ शकत नसल्याबद्दल मला ती चक्क लल्लू म्हणायची. माझा रिलीव्हर यशवंत ताडमाड आणि रासवट. त्याच्याशी ती असं बोलायचीच नाही. कामात तत्परता फक्त माझ्याकडूनच अपेक्षिली जायची. सकाळी पावणे पाचलाच घर सोडावं लागत असल्यानं एका सकाळी खाण्यासाठी आणलेली बिस्किटं काम करता करता मी तोंडात ठेवत होतो. तेवढ्यात लगबगीनं साडेदहाला मीना माझ्या केबिनमध्ये घुसली आणि उन्मादात माझ्या खुर्चीला उजव्या कमरेनं ढुशी देत बिस्किटांकडे बोट दाखवत म्हणाली, "कुत्ते की बिस्किट यहाँ क्यूँ लायी?" हे शब्द मला झोंबले. तिची चिडवायची अशीच रीत असल्यानं मी तिच्यावर जळजळीत कटाक्ष टाकला.

कामाचा ताण मला असह्य वाटत होता, पण एकाच वेळी पाच हॉट लाईन्सवर नऊ तास काम करण्याची शिकस्त व्हायची, तेच मुळी आव्हानात्मक वाटायचं. शीर गमावलेला मुरारबाजी होण्यात कशाचंही भान राहायचं नाही.

सकाळी साडेदहा ते दुपारी तीन आणि दुपारी तीन ते रात्री अकरा वाजेपर्यंत अशा दोन ड्युटीज यशवंत आणि मी आळीपाळीनं सांभाळायचो. अमेरिकन बँकेच्या रिप्रेझेंटेटिव्ह ऑफिसमध्ये सर्व्हिसला आहे ही बाब सुखावत होती, पण केव्हातरी डच्चू मिळणार हा भयगंड मनाला सतावत होता आणि बेकारीच्या खाईत लोटलं जाण्याचं शल्य उरी घेऊन मी दिवस भरत होतो. न्यूयॉर्क इथल्या ट्वीन टॉवर्समधल्या बँकेच्या बिझनेस सेंटरमध्ये BANKCALच्या भारतीय ग्राहकांनी केलेल्या वीस तासांतल्या डॉलरचं डेली ॲक्टिव्हिटी बँकवाईज स्टेटमेंट बॉडस्पीडवर यायला दोन तास लागायचे. ते पहाटे नेटमध्ये जमा व्हायचं. शिवाय लंडन, तैपई, सिॲटल, हाँगकाँग, बँकॉक, कौलालंपूर ब्रँचेसकडून आलेले फॅक्स, टेलेक्स, नेट मेसेजेस यांचा अहोरात्र खच पडायचा. त्यासाठी पेपर, रिबीन, रोल, कनेक्शन, मेमरी जय्यत ठेवावी लागायची. सर्व कम्युनिकेशन फोल्डरवाईज सेव्ह करून प्रिंट्स घेत सॉर्ट करायचं ही कसरत होती. सर्वात कहर म्हणजे भारतभरातल्या भारतीय बँकांना ॲक्टिव्हिटी टेलेक्सवर रिले करण्यातच सात तास खर्चायचे. सायंकाळच्या ड्युटीत मुंबईतल्या शाखांचे पेमेंट मेसेजेस एडिट करून रात्री साडेअकराच्या आत न्यूयॉर्कच्या वायररूममध्ये गेलेच पाहिजेत, नाहीतर डॉलर व्हॅल्यू चढेल झाली तर भुर्दंड मेसेजेस पाठवणाऱ्या ऑफिसच्या माथी पडण्याची भीती असायची. भारतातून बँकांचे टेलेक्स-मेसेजेस आम्हालाच बाहेर पाठवावे लागायचे. कारण त्यांचं कमिशन आम्हाला मिळत होतं. म्हणून रुबाब असायचा. फोनवरून मेसेज मलाच उतरवून घ्यावे लागायचे. लेटर ऑफ डेट एडिट करून अचूक पाठवायचं म्हणजे जीव टांगणीला लागायचा. मोठा मानसिक ताण यायचा. कारण बिनचूक मेसेज पाठवावे लागायचे. एस्सार शिपिंगचा त्र्यांऐंशी मिलियन डॉलर्सचा मेसेज मी एडिट केल्याचं आज सांगतोय. ट्रॅफिक, सॅटेलाईट प्रॉब्लेम असला की न्यूयॉर्कहून 'वेसम' मॅडम माझ्यावर डाफरायची.

सकाळची शिफ्ट आटपून साडेचार-पाच वाजता घरी पोहोचलो की, सायंकाळी तासभर स्थानिक पक्षाच्या कार्यालयात, सांस्कृतिक केंद्रात एक नोंदणीकृत सदस्य ह्या नात्यानं मी जायचो. लहानपणापासून त्या पक्षाबद्दल आत्मीयता असल्यानं जिव्हाळ्याच्या नात्यानं, वार्षिक संमेलनं, कोजागिरी पौर्णिमा आणि श्रीसत्यनारायण पूजा आदी कार्यक्रमांना आवर्जून उपस्थित असायचो. कार्यकर्ते, पदाधिकारी यांच्याशी ऊठबस व्हायची. पक्षाच्या व्यायामशाळेतही वरचेवर जाणं व्हायचं. स्थानिक नगरसेवकांशी व्यक्तिगत संबंध होते. 'आपली माणसं' म्हणून आमच्या ऑफिसमधल्या प्रश्नांवर ह्या पक्षाचं सहकार्य मिळवण्याच्या प्रयत्नात लीलाधर जामसंडेकर, मी आणि एक नगरसेवक असे तिघं जण स्थानिक आमदारांकडे गेलो. त्यांनी नम्रपणे समजावून ऑल इंडिया बँक एम्प्लॉयीज असोसिएशनच्या श्री. सुरेश धोपेश्वरकर

यांच्याशी फोनवरून ओळख करून दिली आणि आम्हाला त्यांच्याकडे पाठवलं. आमदाराचं म्हणणं असं पडलं की, प्रथम पक्षीय दबाव आणून काम बिघडवण्यापेक्षा सामोपचारानं घ्या. लीलाधर आणि मी त्या आठवड्यात बँक ऑफ महाराष्ट्र, शेअर बाजार ब्रँचच्या दुसऱ्या माळ्यावर आमचे सर्व डिटेल्स घेऊन पोहोचलो. धोपेश्वरकर दौऱ्यावर असल्यानं श्री. विश्वास जोशी यांनी विचारपूस करून माहिती आणखीन अपडेट केली आणि आमचं लोकल युनियन करून ते AIBEA ला संलग्न करण्यास सुचवलं. तशात मी नव्यानं प्रयत्नास लागलो. जगभरातल्या आमच्या इतर ऑफिसेसना शनिवारी आणि रविवारी सुट्टी आणि मुंबईत भारतीय बँकांना शनिवारी हाफ-डे असायचा. त्यामुळं शनिवारी सायंकाळी आम्हाला तासभर मोकळपणानं बोलता यायचं. शनिवारी ट्रॅफिक मंद असायचं. तेवढंच सुख. चकाट्यात वेळ घालवायचो. चांदूरकर रोज निघताना कल्याणपुढं अदबीनं विचारायचे, 'May I make a move? ह्या मिंधेपणाची आम्ही स्टाफ मग थट्टा उडवायचो! शनिवार संध्याकाळ तासभर आम्ही चर्चेत घालवायचो. कारण कल्याण - मीना जोडीनं त्यांच्या खाजगी कामांसाठी चौपाटीवर शनिवारी पाचला जायची. शनिवारच्या गप्पांत चंद्रमौळी अय्यंगारने एका कुरिअर कंपनीत जॉईन होणार असल्याचं सांगितलं. कारण कल्याण त्याला दिवसभर तामिळ गप्पात दंग ठेवायचा आणि काम तुंबलं म्हणून शिव्याही घालायचा. ह्या आचरट प्रकाराला कंटाळून चंदू ह्या त्रासातून मुक्त झाला.

अशाच एका सकाळी अकरा वाजता मीनानं केबिनमध्ये घुसून तिच्या आततायी धसमुसळेपणानं मला ढकलत, माझ्या खुर्चीवर ठिय्या देत, पाय झाडत, मला लाथ मारली. मी नेटवर मेसेजेस रिले करतोय हे तिला खुपत होतं. रागवायचं कारण काय हे विचारताच ती डोळे वटारून मला गप्प बसवू पाहत होती. तिथंच माझ्या तोंडात आल्या अस्सल मराठी शिव्या! मी इरेला पेटलो आणि आदळआपट करत चांदूरकरला हा प्रकार सांगून मीनाला समक्ष माफी मागायला सांगितली. मीना गांगरली आणि सारवासारव करत म्हणाली, "लागली असेल कामाच्या धांदलीत लाथ. त्यासाठी एवढं ओरडायचं नसतं." हे चढेलपणात सुनवायलाही विसरली नाही. हा प्रकार आल्या आल्या कल्याणला सांगितला गेला, तेव्हा त्यानं माझी शेलक्या शब्दांत संभावना केली आणि केकाटला, "आम्ही मद्रासी साऱ्या देशाचा कारभार चालवितो. IAS, IPS आम्हीच आहोत. तुम्ही घाटी म्हणजे आदिवासीच. मद्राशांमुळे महाराष्ट्र सुधारलाय हे लक्षात ठेव." त्याच्या छद्मी हसण्यानं मी ठरवलं की, होईल तेवढं तयारीत असावं.

कुरिअर सेक्शनमध्ये काम करणाऱ्या तारानाथ शेणॉयचे वडिल मंगळूरमध्ये वारले. ती तार कल्याणला दाखवत पंधरा दिवस जाऊ का गावी हे विचारायला कचरणाऱ्या तारानाथला हिशोबाचं पाकीट देत कल्याण कसायाच्या आवेशात

वागला. त्याला एका शब्दानं विचारेल तर शप्पथ! त्याच सुमारास मीनानं दाखवलेला तुसडेपणा आजही ताजा आहे. गतवर्षीच लग्न झालेल्या सुधाला पहिला मुलगा झाला. त्यानंतर चार महिने विदाऊट पे राहून आज जाताजाता तिनं मीनाला विनंती केली की, मुलाला पाजायला दोन तास घरी लवकर सोडावं. हे ऐकूनही मीनानं तिला अर्जासहित कल्याणकडे पाठवलं. सायंकाळचे सात वाजलेले आणि सुधा दीनवाण्या चेहऱ्यानं कल्याणपुढं उभी होती. कल्याणचं तोंड एकशे वीस प्युअर, कच्ची सुपारीनं भरलं होतं. नुसतं झिडकारल्यागत, लाल डोळ्यानं त्यानं हातानेच खुणावलं. इनकमिंग मेसेज द्यायला मी कल्याणच्या टेबलकडे गेलो तेव्हा माझ्याशी बोलायाला मिळावं म्हणून सुधाच्या त्या अर्जावर पान थुंकून ते खालच्या बादलीत टाकण्याचा त्याचा कुत्सितपणा पाहून मी अस्वस्थ झालो. डोळ्यासमोर घडणाऱ्या या अक्रीतानं त्या दोघांच्या अमानवीपणाच्या खुणा मला अस्वस्थ करत होत्या. अशा तंग परिस्थितीतही मी आणि लीलाधरनं एक सविस्तर पत्र सॅनफ्रान्सिस्कोच्या एक्झिक्युटिव्ह प्रेसिडेंट मगन पटेलना कुरिअर केलं. त्यांनी तेच पत्र उलट चांदूरकरला पाठवून डाफरलं की, लोकल स्टाफची पत्रं थेट मलाच येतात. मुंबईत राहून उपयोग काय तुमचा?

स्थानिक पक्षावर असलेली श्रद्धा मला 'केव्हा ना केव्हा उषःकाल होईल' ही आशा दाखवत होती, म्हणून मी, लीलाधर आणि नगरसेवक असे तिघंही दादरला त्यांच्या कार्यालयात म्हणजे त्या वेळच्या नामदारांकडे ठरलेल्या वेळी पोहोचलो. ओळखदेख होता होता मुख्य विषयाला सुरुवात केली, तोच अचानक १९९३ चे औरंगाबादचे खासदार आतमध्ये आले म्हणून आम्हाला बाहेर बसावं लागलं ते रात्री साडेदहापर्यंत! पुढे प्रयत्न करूनही आम्हाला त्यांची अपॉईंटमेंट मिळू शकली नाही.

बँक प्रशासन आम्हाला कधी ना कधी तारून नेईल या आशेवर आम्ही मरमरून काम करत होतो. रोजच्या धबडग्यात असतानाच टोकियोहून मित्सुबिशी बँकेचे चेअरमन श्री. सैटोसॅन मुंबईत व्यावसायिक भेटीवर आल्याने स्टाफचे चेहरे उजळले. पुढे ह्या मित्सुबिशी बँकेत आमच्या बँकेचं विलीनीकरण झालं आणि जगभरातली ॲसेट्स सत्तर हजार कोटींवर पोहोचली. ही प्रक्रिया १९९६ मध्ये माझ्या केसनंतर दीड वर्षाने झाल्याची बातमी मी म. टा.त 'धावते जग' मध्ये वाचली. सैटोसॅनना आम्ही आमची गाऱ्हाणी सांगून पाहिली तेव्हा त्यांनी आश्वासनांनी आमची तोंडं बंद केली. देशाच्या आर्थिक उदारीकरणाच्या काळात, मुंबईसारख्या मुख्य आर्थिक केंद्रात, एका मल्टिनॅशनल बँकेच्या कार्यालयात कार्यरत असलेले आम्ही कर्मचारी कोणत्याही वैध आधाराशिवाय नशिबावर हवाला ठेवून बसलो होतो. त्या दरम्यान अमेरिकेतल्या एका कॉन्फरन्सचं निमंत्रण मुंबई ऑफिसमध्ये बँक प्रतिनिधी ह्या नात्यानं चांदूरकरला आलं; पण कल्याणनं चारीशी संगनमत करून

चांदूरकरवर कुरघोडी करत न्यूयॉर्कला दुसऱ्यांदा पाऊल ठेवलं. संमेलन तीन आठवड्यांचं, पण हे महाशय महिनाभर मुक्काम ठोकून परतले ते अल्बमसहित! एक आठवड्याच्या मौजेत कल्याण कॅसिनो, पब, डिस्को फिरून अमेरिकेतल्या फोटोंसह मुंबईत परतला. ट्विन टॉवर्समधल्या अशोक मल्होत्रानं त्याच्या छंदीफंदीपणाला बहर आणला. त्या मर्दुमकीचं दर्शनही कल्याणनं आम्हाला फोटोमधून घडवलं.

बँकेत राहूनही नोकरीतले कष्ट, हेलकावे माझ्या मनाला डाचत होते. नवी मुंबईतल्या दै. सकाळच्या कचेरीत माझा मित्र उपमुख्य संपादक पदावर काम करत होता. त्याला भेटून ही घुसमट सांगितली आणि अनागोंदी कारभाराला लेखी वाचा फोडण्यासाठी त्याची मदत मागितली. बँकेतल्या या जगावेगळ्या कारभाराची वाचकांना माहिती व्हावी आणि अन्याय उघड व्हावा म्हणून लेख लिहिण्याच्या माझ्या मनसुब्याला त्यानं सावधगिरीचं उत्तर दिलं. वकिलाच्या सल्ल्याशिवाय पुढं जाऊ नकोस असं त्याचं म्हणणं पडलं. म्हणून मी टिळकनगरच्या अमर महाल बिल्डिंगमध्ये राहणारे हायकोर्टचे वकील ॲड. रेगे यांना भेटून चर्चा केली. मुळात अमेरिकन आस्थापना असलेल्या बँकेविरुद्ध आम्ही 'ब्र'सुद्धा काढू शकत नव्हतो. आम्ही स्टाफ बँकेत काम करत होतो याचा एकही वैध पुरावा आमच्याकडे नसणं, हेच मुळात आमच्या विरोधात जाणार असल्याचं जळजळीत वास्तव त्यांनी पुढं आणलं. त्याही पुढं जाऊन श्री. रेगे म्हणाले, "लेख छापल्यानंतर बँकेने प्रत्येक दैनिकाच्या पहिल्या पानावर स्टाफचे नावासकट फोटो छापून, स्टाफ आणि बँक यांचा पुसटसाही संबंध नसण्यावर कोट्यवधी डॉलर्सचा अब्रूनुकसानीचा दावा लावला, तर ते देणं दहा जन्मांत तरी तुम्ही फेडू शकणार का? त्याचा विचार करा." त्यांच्या परखड वक्तव्याने माझे डोळे खाडकन उघडले आणि वस्तुस्थिती नजरेसमोर येताच तारे चमकले. असं होता होता माझ्या प्रयत्नांचे दरवाजे हळूहळू बंद होत आहेत असं वाटू लागलं.

माझा मोठा भाऊ माझ्या होणाऱ्या कुतरओढीमुळे चिंताग्रस्त झाला होता. मी मार्गी लागावं म्हणून त्यानं केलेल्या प्रयत्नांपैकी एक प्रकरण सांगतो. बेस्ट उपक्रमात मी नोकरीला लागावं म्हणून त्यानं मला स्थानिक पक्षाच्या गिरगावातल्या एका कार्यकर्त्याबरोबर दादर कबुतरखान्याजवळच्या त्या वेळेच्या एका नामंकित आमदाराच्या रविवारी भरणाऱ्या जनता दरबारात पाठवलं. कायमस्वरूपी नोकरीची गरज होती म्हणून त्यांनी त्यांचं लेटरहेड सोबत देऊन त्या वेळच्या बेस्ट समिती अध्यक्षाकडे पाठवलं. कुलाबा इलेक्ट्रिक हाऊसमध्ये लवकर नंबर लागावा म्हणून त्यांनी अनुमोदनपर पत्रही दिलं. कुणास ठाऊक, माझं दुर्दैव की, अपरंपार श्रद्धा असलेल्या त्या स्थानिक पक्षाच्या दुर्लक्षामुळे ९४ ऑक्टोंबरपर्यंत तरी मला कॉल येऊ शकला नाही.

मध्यंतरी बँकेत दोन प्रकरणं गाजली. ती सांगितली नाहीत, तर माझी कैफियत अधुरी वाटेल. सुनीता नायक नावाची मुलगी चेक प्रोसेसिंगमध्ये होती. तिला सकाळचे दोन तास म्हणजे आठ ते दहा युनिव्हर्सिटीत मराठी एम.ए. करायचं होतं. त्याकरता सकाळी नऊची वेळ तिला बदलून हवी होती. दीड तास उशिराचा वेळ ती सायंकाळी भरून काढणार होती. ही गोष्ट मीनाला समजताच तिनं बंद पाकीट सुनीताच्या हाती ठेवलं आणि ''फुल टाईम पढाईही करना'' असं सुनावलं. स्टाफला काबूत ठेवून राबवायचं, एवढं कल्याण जाणत होता. दत्ता वरखडे हा शिपाई आऊट डोअर चेक कलेक्शन ड्युटीवर होता. कल्याण कृतीतूनही कसा काळा होता ते आता पाहा. बॅलॉर्ड इस्टेट इथल्या सारस्वत बँकेचे चार चेक्स कुर्ला प्लॅटफॉर्म एकवरच्या कचराकुंडीतून आणून कल्याणच्या टेबलावर हजर करणारा एक अनोळखी इसम एका सकाळी पाहून आम्ही चक्रावून गेलो. दत्ता मुंबईत रोज फिरून भारतीय बँकांचे चेक्स, ड्राफ्ट्स, ट्रॅव्हलिंग चेक्स जमा करून चेक प्रोसेसिंगमध्ये आणून द्यायचा. गहाळ झालेले मोजून चार चेक्स अनोळखी व्यक्ती कल्याणकडे आणून देते, ह्यामध्ये काही संगनमताची साखळी नक्कीच असणार होती. या प्रकारात दत्ताला नाहक जेरीला आणून त्याचं एक महिन्याचं वेतन कापण्यात आलं. 'जोसेफिन' ही कॉन्व्हेंट एज्युकेटेड, ग्लोबल लँग्वेजमध्ये डिग्री असलेली तल्लख बुद्धीची मुलगी होती. मीनाला प्रत्येक बाबतीत वरचढ होती ती जोसेफिनच! ऑफिसचा अनुभव आणि तिचं ज्ञान या जोरावर जोस ऑपेरा हाऊसला नव्यानं उघडलेल्या Indsind बँकेत ९४च्या सुरुवातीला दर महा अठरा हजार रुपयांची कायमस्वरूपी नोकरी मिळविण्यात यशस्वी झाली; परंतु दुर्दैव आड आलं. पाताळयंत्री मीनाला या गोष्टीचा सुगावा लागताच तिनं तडक Indsind च्या पर्सनल ऑफिसरचे कान भरले. जोस कामात दिरंगाई करते, तिचं कॅरेक्टर खराब आहे अशी बतावणी करून जोसच्या प्रयत्नांवर त्या द्वयींनी पाणी फिरवलं. जॉईन होण्याच्या दिवशी दुपारी जो थेट माझ्या बंद केबिनमध्ये थडकली. पर्स, फाईल, प्रिंटरवर आदळत जोस कडाडली आणि धो धो रडून कोसळली. आक्रंदताना स्थानिक पक्ष, लोकल युनियन, वकील, पेपर, AIBEA अशांचा उद्धार करत मला जोसनं बजावलं की, तिच्यासारखीच अवस्था एक ना एक दिवस माझीही ठरलेली आहे. आवेशात तिनं मुंबई, महाराष्ट्र आणि माझा मराठी बाणा याचा खूप समाचार घेत संभाव्य वादळाची चुणूक दाखवली. जोस एवढं हक्कानं का बरसली याचा संबंध आम्हा दोघांचे संबंध, स्नेह आणि ऑफिसकामात परस्परांना साहाय्य करण्याच्या वृत्तीशी होतं हे वाचकांनी समजून घ्यावं.

आमच्या अशा त्या स्फोटक परिस्थितीत जखमेवर मीठ चोळण्याचा प्रकार

कल्याण-मीनानं घडवून आणला. बँकेतल्या त्या दोघांचं करिअर आणि मीनानं हाँगकाँग, तैपई, बँकॉक, कौलालंपूरचा केलेला दौरा आणि त्यांना बँक अध्यक्षांनी दिलेलं प्रमोशन ह्यामुळे ऑफिसमध्ये जंगी पार्टी दिली गेली. शिवाय रीगल वाईन आणि नरीमन पॉईंटच्या रंगोलीमधलं जेवण यांची उधळण ऑफिस कॉंटींजन्सीमधून करवून बँकेचे आम्ही कुणी नव्हेत हे त्यांनी दाखवून दिलं. फेब्रुवारी १९९४पासून कल्याण-मीना-चांदूरकर यांच्या पगाराची ऑर्डर आम्हाला कळू दिली गेली नाही, कारण त्यांनी त्याच्याकरता तशी वेगळी योजना केली होती. स्टाफ वेलफेअरशी त्यांचं सोयरसुतक नव्हतं हे स्पष्ट झालं.

आम्ही स्टाफ महिन्याच्या एका शनिवारी एकत्रित येऊन सुखदु:खाची देवाण-घेवाण करत होतो आणि पुढं काय ह्या एका प्रश्नावर चिंताग्रस्त होऊन घरी परतत होतो. मुंबईत त्या वेळी आमच्या बँकेसारखी इतर प्रातिनिधिक स्वरूपाची ऑफिसेस होती. बँकर्स ट्रस्ट कंपनी, केमिकल बँक नावाच्या दोन ऑफिसेसमध्ये स्टाफला काही फॅसिलिटीज अलाउंसेस सुरू असल्याची माहिती आम्ही काढून ठेवली होती. शिवाय तिथं कामाचा झपाटा कमी असला तरीही वैयक्तिक हेवेदावे करणारे ऑफिसर्स नव्हते, याची माहिती मी त्या-त्या बँकेतल्या ऑपरेटरशी फोनवर संपर्क साधून ठेवत होतो.

आमच्या ह्या मासिक बैठकीमध्ये आमचा एक ज्युनिअर स्टाफ बसत असे. मिलिंद पेडणेकर नावाची अबोल व्यक्ती. स्वत:हून तो चर्चेत कोणताही मुद्दा कधीच उपस्थित करीत नसे. यावरून आमचा संशय वाढू लागला. लीलाधर आणि मी स्टाफ वेलफेअरकरता काय खटपट करीत असतो त्याची इत्थंभुत माहिती कल्याणच्या कानी ह्या पायओढ्या माणसाने घातली. तशातही त्या द्वयींच्या स्वैर वागण्यावर परिणामकारक हुकमी उपाय म्हणून शेवटचा प्रयत्न लीलाधराने करून पाहिला.

दरम्यान ऑगस्ट १९९४ मध्ये माझे वडील वारले, तेव्हा दिवसकार्यासाठी मी दोनच दिवसांची रजा मागितली; पण तो उर्मट कल्याण रजा द्यायला नाकबूल! मनातून मी ओळखलं की, आता कल्याण माझी एखादीतरी चूक हिशोब देऊनच लक्षात आणून देणार. ऑक्टोबर ९४चा शेवटचा आठवडा. सायंकाळच्या शिफ्टमध्ये मी L.C. मेसेज ट्रॅफिक कव्हर करत रात्री अकरा वाजेपर्यंत बसलो; पण सॅटेलाईट प्रॉब्लेममुळे तो शेवटचा मेसेज रात्री ११.३५ वाजता न्यूर्याकला पोहोचल्यामुळे कल्याणने प्रथमच मला लेखी मेमो दिला आणि उशिरा पेमेंट झाल्यामुळे दुसऱ्या रात्री आठ वाजता टर्मिनेशन ऑर्डर दिली. कल्याण-मीनाला वेळेवर वठणीवर आणू न शकल्याचं वैफल्य उफाळून आलं आणि मी स्वत: पूर्वनियोजितपणे ऑफिसमध्ये, ऑन ड्युटी त्यांच्या

डोक्यावर धारदार कोयत्यानं वार करत प्राण घेतले. जशास तसे या न्यायानं चिडून मी आत्महत्येसाठी नवव्या माळ्यावरून उडी घेतली. एकवीस दिवस बेशुद्धीतून जगल्यावर डॉक्टर / पोलीस म्हणाले की, तिसऱ्या माळ्यावरच्या S.E.B.I.च्या कँन्टीनबाहेरच्या फ्लॉवरपॉटमध्ये मी कमरेवर आदळलो. कमरेखाली उजवा हात गेला. तेव्हापासून आजपर्यंत अपंगासारखा जिकिरीच जिणं जगत आलोय.

शिक्षेच्या ह्या वाळवंटात उदार मनानं मातृवत् माया करून मराठी भाषेची गोडी वाढवली, ती तुमच्या प्रतिवर्षीच्या राखी, सदिच्छाकार्ड, दिवाळी अंक, पुस्तकांमुळे! ईश्वर आपल्याला उदंड आयुष्य देवो आणि मायमराठीची सेवा अधिक घडो हीच प्रार्थना!

(पत्रातले संदर्भ तंतोतंत खरे आहेत. अनाकर्षक अक्षर, व्याकरणाच्या चुका यांसाठी मी क्षमा मागतो.)

पत्रोत्तराची आतुरतेने वाट पाहणारा,

आपला स्नेहांकित,

सुहास पुरुषोत्तम जोशी, येरवडा जेल, पुणे ४११००६.

(गिरिजाताई, माझ्या ह्या प्रकरणावर आपण काही लिहू इच्छित असाल, तर मुद्रण प्रकाशन दृष्टीनं आवश्यक ते फेरबद्दल करण्याचे सर्वाधिकार केवळ आपणालाच देत असल्याचं स्वहस्ताक्षरात विनासंकोच, अपेक्षारहित लिहून देत आहे.)

(सुहास पुरुषोत्तम जोशी)

वाचून संपलं. मी काय सुधारणा करू? ही आयुष्याची कथा. सुहास जोशी या नायकाची. त्याच्या दुर्दैवाची, अस्मितेची, दारिद्र्याची, बेकारीच्या धास्तीची, जीवनातल्या भीषण नाट्याची!

माझ्यावर विश्वास ठेवून त्यानं आपलं मन माझ्यापुढे मोकळं केलं. त्याला अन्य कोणतंही रूप देणं, बदल करणं पापच.

माझं मस्तक बधिर झालंय, विचार कुंठित झालेत. जगणं इतकं भीषण, भयावह असू शकतं? एक शिकलेला, कर्तबगार मुलगा जीवनाची स्वप्नं फुलवता फुलवता, व्यवहारात कुठे जाऊन पोचला होता! आता पुढे?

मी दिवा मालवला; डोळे गच्च मिटून घेतले, तरी तो तरुण चेहरा डोळ्यांपुढे आला; अपमानित, अवमानित, हातात कोयता ... रक्ताची धार ...समोर कोसळलेले दोन देह, बघणारे भयभीत चेहरे, किंकाळ्या, आरडाओरडा, पोलीस आणि नवव्या मजल्यावरून सुहासनं मारलेली उडी!

मी किंकाळी फोडली का? कोण जाणे. उठून बसले. फटाफट दिवे लावले.

मी घामानं पूर्ण भिजले होते. हात-पाय थरथरत होते.

त्या कागदांबरोबर एक वृत्तपत्राचं कात्रण होतं. तेव्हाचा सुहास आणि आता, मी पाहिलेला. तो सगळा देखणेपणा, प्रसन्न हसू आता पुसटसंही शिल्लक नव्हतं. काय झालं हे? काय केलंस रे हे बाळा? तुझं अपमानाचं शल्य मी समजते. तू कसा पेटून उठला असशील हेही मी समजू शकते. आईच्या पदराच्या उबेत वाढलेला तू, हे काय करून बसलास?

ती दोघं यातना सोसून एकदाच संपली आणि तू? जन्मभराचं वाण पदरी घेतलंस. बरं झालं, तुझ्या माईनं तुला असं पाहिलं नाही. अरे, मी एवढी दुभंगले! तिचं काय झालं असतं ?

आता तू किती शहाण्यासारखा आणि समंजस वागतोस! अनेकांचा मित्र, अनेकांचा आधार, सर्वांना प्रेम देणारा, सद्वर्तनी. परमेश्वरानं तुला बळ द्यावं. तुला आयुष्यात पुन्हा उभं राहिलेलं मला पाहायचं आहे.

गुन्हेगारी, गुन्हेगार, तुरुंग या सर्व प्रकाराची पहिली तोंडओळख झाली नि आजवरच्या सगळ्याच कल्पना धडाधडा कोसळल्या. निदान मी जिथं पोचले आहे ते वास्तव दु:खदायक आहे; निराशाजनक नाही. एक विचार अस्वस्थ करतोय तो हा की, शिक्षा भोगणारा सुहास गुन्हेगार की त्याचा बॉस कल्याण आणि मीना हे दोघं गुन्हेगार? समोरच्या माणसाचं खच्चीकरण करून त्याला गुन्ह्यापर्यंत पोचवणारे खरे दोषी ते नव्हेत काय? पिळवणूक करणारे गुन्हेगार की पिळले जाणारे गुन्हेगार?

मला फ्रेंच राज्यक्रांतीचा इतिहास आठवला. सामान्य माणूस अन्यायाविरुद्ध जेव्हा पेटून उठतो तेव्हाच क्रांती होते. ती एक-दोघांनी पुढाकार घेऊन होत नाही. आपल्याकडे जेव्हा १९२१ मध्ये गांधीजींनी हाक दिली तेव्हा घराघरातली अबालवृद्ध माणसं त्यांच्यामागून निघाली. आपल्याकडेच नव्हे, अख्ख्या जगात एक गांधी झाले, एक नेल्सन मंडेला, एक इमॉन डी व्हॅलेरा.

या मुलांत कुवत आहे, धाडस आहे पण दिशा नाही. त्यांना घडवणारं कुणी वेळीच भेटतं, तर हा इतिहास प्रकाशाचा झाला असता.

आता हा प्रॉजेक्ट मला हाती घ्यायचाच होता. हा एका सुहास जोशीचा प्रश्न नव्हता. त्याच्यामुळं इतर अनेक प्रश्न माझ्यासमोर उभे राहिले होते. एकूणच तरुण सुशिक्षित गुन्हेगार, त्यांना चेतवणारी माणसं, तिथले व्यवहार, या बाबतीतली समाजाची भूमिका या सगळ्याच गोष्टी नुसत्या कुतूहलाच्या नव्हत्या, तर चिंतेच्या होत्या.

मी येरवडा जेलला जात राहिले. त्यातूनच संतोष भिंताडे, संतोष शिंदे या मुलांची ओळख झाली. मी हळूहळू त्यांच्या कळपात शिरत होते. त्यांना चांगली

मुलं करण्यासाठी धडपडत होते.

आता माझं प्रोजेक्ट, त्यातून लेखन, मिळणारी प्रसिद्धी या सर्वच गोष्टी मला मामुली वाटायला लागल्या. ही मुलं माझी वाट पाहतायत हा मोठा आशेचा किरण होता. आता त्या मुलांचे प्रश्न हे माझे प्रश्न झाले होते. त्यांचं दुःख मला कुरतडत होतं. सतत एकच विचार छळत असायचा, मी या मुलांसाठी काय करू शकते?

१९९४ मध्ये मी अमेरिकेला गेले होते, तेव्हा एक बोलपट पाहिला होता. ऐंशी वर्षांची एक वृद्धा पस्तीस वर्षांच्या एका तरुणाला कसा लळा लावते, आपलंसं करते आणि त्याला अपप्रवृत्तींपासून कशी दूर नेते याची ती थरारक कहाणी होती. यातला थरार कुठल्याही प्रकारच्या हिंसक दृश्यांशी संबंधित नव्हता, तर निखळ प्रेमभावनेवर आधारित होता; माणसाला घडवण्यावर होता.

आपल्याकडे ही सामाजिक उन्नयनाची जाणीव का नसावी? माझ्या सुप्त मनातल्या या विचारानं इथं क्रियाशील रूप घेतलं. जे जमेल ते, जमेल तसं काम करत राहायचं. माझ्या मनाला ही दिशा फार लहान वयात दिली गेली, माझ्या दादांमुळं. अमुक कर असं ते सागांयला जायचे नाहीत; पण ते जे करत आणि वागत होते, त्याचा परिणाम खोलवर माझ्यावर झाला होता.

सुहासचे सहकारी-मित्र आता माझ्या परिवारातले झाले होते. कसं म्हणू की, मी त्यांना घडवत होते? त्या मुलांनी मला आईपण देण्याचा मोठेपणा केला. त्यात मला वाट सापडत गेली.

संतोष भिंताडे हा सुहासचा तुरुंगातला जवळचा मित्र. आता मी त्याला समजून घेत होते.

'गावकरी' - दिवाळी अंक, २००४ (पहिला भाग)
'संचार' - दिवाळी अंक, २००४ (पूर्ण लेख)

∎ ∎ ∎

संतोष भिंताडे

रात्र कधी संपणार होती?

व्यथेला शब्द नसतो, तसा काळवेळही नसतो. एखादं दु:ख असं डसून जातं की तो दिवस, ती रात्रच काय, पण पुढचे कितीतरी दिवस-रात्र अंधारात बुडून जातात.

संतोषचा फोन तसाच होता. खरंतर त्या फोनमुळं मी अस्वस्थ व्हावं असं काय होतं? यापूर्वी तो मला येरवडा जेलमध्ये भेटला होता. त्याचं पत्रही आलं होतं; पण येरवडा जेलमध्ये जन्मठेपेच्या कैद्याला भेटणं आणि बाहेर खुल्लम् खुल्ला भेटणं यात फरक होता.

संतोष आईला भेटायला गावी चालला होता. आई आजारी होती. त्याच्या जन्मठेपेचा तिनं धसका घेतलाच असणार. बारा वर्षं जन्मठेप भोगून आता तो खुल्या कारागृहात आला होता. चांगल्या वर्तणुकीबद्दल त्याला शिक्षेत थोडी सूटही मिळाली होती. कदाचित आणखी दोन-तीन वर्षांत त्याची सुटकाही झाली असती. हे सगळं मला ठाऊक होतं. तरीही त्याला उघड भेटणं अवघड वाटत होतं. घरी तर मी त्याला बोलवूच शकत नव्हते. त्याचा फोन आला तेव्हा हे समोरच बसले होते. माझं दबल्या आवाजातलं बोलणं यांना चमत्कारिक वाटलं असावं. ''कुणाचा फोन?'' त्यांनी विचारलंच. ''माझ्या कामाचा.'' मी तुटक उत्तर दिलं.

''न सांगण्यासारखं काही आहे का?''

''तुम्हाला आवडणार नाही.''

“प्रत्येक गोष्ट माझ्या आवडीनुसारच करता?”

“नाही. माझ्या मनाला जे पटतं तेच करते. फोन येरवडा जेलमधल्या कैद्याचा होता. संतोष भिंताडेचा.”

“म्हणजे खुनाच्या आरोपाखाली ज्याला जन्मठेप झालीय तो?”

“होय. पण तुम्ही त्याची भूमिका समजून घ्या.”

“मी कशाला घेऊ? ते तुमचं सामाजिक कार्य आहे. तुमच्या लेखनाचा विषय तुम्ही निवडलाय. त्याचा घरादाराला का त्रास?”

“मी घर आणि दार नेहमीच वेगळं ठेवलंय. ही गुन्हेगार मुलं मी निवडली आहेत. त्यांना मायेचं माणूस हवंय. जगानं त्यांना टाकलंय. त्यांना सराईत गुन्हेगार होण्यापासून मला वाचवायचंय. त्यांच्या हातून गुन्हा घडलाय त्याची शिक्षा त्यांनी भोगलीये. आता त्यांना मायेनं जवळ करायला नको?

हृदयपरिवर्तनावर माझा विश्वास आहे. म्हणून मी....”

“तुम्ही थोर आहात. तुमचं कार्य तुम्ही करा. फक्त जे करायचं ते बाहेर. इथं घरी समाजकार्य नको.”

मी गप्प. हे वर्तमानपत्र समोर धरून बसलेत. त्यांचं म्हणणं खोटं किंवा चूक असं मी कसं म्हणू? घरातल्या सर्वांनी माझं ऐकावं, माझ्या मताप्रमाणं वागावं असंतरी कसं म्हणू? हा विषय निवडताना मी कुठं घरच्यांचं मत घेतलं होतं? त्या मुलांना पत्र लिहिणं, पुण्याला येरवडा जेलमध्ये जाऊन भेटणं चालूच ठेवलं होतं.

आता प्रश्न होता जेलबाहेर भेटल्यावरचा. मी संतोषला, ‘भेटायला येते’ असं सांगितलं. भेटण्याची वेळ, ठिकाण सगळं ठरलं. तयारीला लागले. बाहेर पाहते, तर पाऊस चहूअंगांनी कोसळत होता. खिडक्या-दारं सुसाट वाऱ्यानं आपटत होती. पावसाची झड सहन न होऊन झाडं भुईला टेकत होती, पुन्हा वर मान उचलत होती. फांद्यांच्या घर्षणातून विचित्र आवाज उमटत होता. संध्याकाळचे पाचच वाजले होते, पण रात्र झाल्यागत वाटत होतं. निसर्गाचं रौद्र रूप मनात अनामिक भीती निर्माण करत होतं.

चष्मा बाजूला ठेवत यांनी माझ्याकडे रोखून पाहिलं. “जायलाच हवंय का? या वेळी गेला नाहीत तर तुमच्या पुस्तकाचं काम अडणार आहे का?”

“पुस्तकाच्या किंवा कुठल्याही कामासाठी मी जात नाहीये. तो मुलगा आईला भेटायला जाण्यापूर्वी माझा आशीर्वाद घ्यायला येणाराय. ती सगळी मुलं मला आईसारखी मानतात. त्यांच्या विश्वासाला तडा जाता कामा नये.” मला आठवलं, संतोष म्हणाला होता, ‘मला खूप बोलायचंय. तुम्हाला भेटावंसं वाटतं. तुम्हाला पावसाचा त्रास होईल; पण ताई, माझ्यासाठी या. मी वाट बघेन.’ माणसांच्या प्रेमासाठी ही मुलं आसुसलीयेत. वर्षानुवर्षं तुरुंगाच्या भिंतींची सोबत. त्यांना नको

धीर द्यायला? मायेचा स्पर्श द्यायला?

'तू गुन्हेगार आहेस!' म्हणून बोट दाखवत त्यांना त्याच अंधारात ढकलायचं?''

मला कवी वा. रा. कान्तांच्या ओळी आठवल्या -

गुन्हा एकदा घडला, केला
प्रमाद पहिला न जयें क्षमिला
शिक्षेसाठी तुरुंग सृजिला
माणुसकी अमुचि हिरावुनी
सोडणार का हो मज इथुनी? द्या सजा आणखी वाढवुनी ।।

मी झपझप पावलं टाकत नाक्यावर आले. संतोष माझी वाट बघत होता. पांढरे शुभ्र कपडे, तोंडभर हसू. बाजूला आणखी कुणी. मला बघून त्याच्या डोळ्यांत आनंदाचे कवडसे नाचले. पुढे होऊन त्यानं पायाला स्पर्श करून नमस्कार केला. ''भाचा सोबत आलाय. त्याच्याकडेच उतरलोय. रात्रीच्या गाडीनं जाईन. वाटेत तुम्हाला भेटायला आलो.''

''बरं केलंस; पण मी तुला घरी नाही बोलावू शकत. मी जोडलेली माणसं माझ्यापुरती. इतरांना त्रास नको.''

''खरं आहे.''

''आपण एखाद्या हॉटेलात बसून बोलू. रस्त्यात नको.''

आम्ही 'अमेय'मध्ये शिरलो. डोसा मागवला. ''एवढ्या पावसात माझ्यासाठी आलात, खूप बरं वाटलं. घरी आई फार आजारी आहे.''

''काय झालंय?''

''दमा लागलाय. डायबेटीसपण आहे. माझ्याबद्दल खूप आपेक्षा होत्या; पण माझ्या हातून ही चूक घडली. माझ्याबरोबर त्यांनापण शिक्षा...

''बाबा तर हल्ली कुणाकडं जाणंच टाळतात. कुणी विचारलं तर काय उत्तर देणार? मला तर ही नातीच नको वाटतात. सगळं चांगलं असेल तर नातं, नाहीतर कोण कुणाचं नाही. त्यांना आमची लाज वाटते. घरची माणसं दिसली, की तोंड चुकवतात. करायचे काय असले नातेवाईक?''

''तुझं, तुझ्या आई-बाबांचं दुःख मला कळतं; पण संतोष, तुझ्या हातून चूक घडली ना? मला तुझी बाजू पटते. तू कुणासाठी काही करायला गेलास आणि तुझा तोल ढळला. तू कायदा हातात घेतलास आणि जन्मठेपेचा कैदी झालास. तू तुझी बाजू मला सांगितलीस. सगळ्या जगाला ओरडून सांगणारायस? जगाच्या दृष्टीनं तू ...''

''मी वाईट गोष्ट केली. मला शिक्षा झाली. या बारा वर्षांत मी पोळून निघालो.

सगळं आयुष्य फुकट गेलं. ताई, तुम्ही सहानुभूतीनं विचार करता. इतरांनी का करू नये?''

''अरे बाबा, सगळ्यांची विचार करण्याची पद्धत एकच असते का? तू, तुझ्या घरच्यांनी आजवर गुन्हेगारांचा सहानुभूतीनं विचार केलाय? शांत डोक्यानं आत्मपरीक्षण कर. जगाला विश्वास वाटेल असा वागून दाखव. लोक सगळं विसरतात; लक्षात राहतं ते चांगुलपण.''

''ताई मीपण खूप चांगलं काम करतो.''

''कसलं रे?''

''तुरुंगात प्रौढ साक्षरतेचे वर्ग चालवतो. वेगवेगळे कार्यक्रम घेतो. आमचं दहा वर्षांचं रेकॉर्ड बघून सूट देतात. म्हणून तर आता रजेवर येऊ शकलो ना!'' बोलता बोलता तो एकदम थांबला. त्याचा चेहराच बदलला. काय झालं एकदम? समोर कोण दिसलं याला? कुणाला हात केला यानं? याच्यावर पोलीस-पहारा आहे का? की...

माझा घास हातातच राहिला. तोंड कडूसं झालं. याच्याबरोबर माझ्यावरपण पहारा? मी चमकून मागं पाहिलं. तेवढ्यात कुणीसं सटकन बाजूनं गेलं. म्हणालं, ''साहेब आलेयत.'' परवलीचे शब्द उच्चरावेत तसे. साहेब? कोण साहेब? कशाला आले? आणि त्यांची वर्दी देणारा हा कोण? तेही अशा दबत्या स्वरात. उघडपणे का नाही बोलला?

मी पानावरून उठलेच. हात धुऊन आले. ''कोण होता?''

''कोण नाही. ओळखीचा. मुंबईत वर्षावर्षांत माणसं भेटत नाहीत आणि नेमका आजच कुठून इथं....'' संतोषचा चेहरा पडला का? तो ओळखीचा माणूस नक्कीच साध्या पोशाखातला पोलीस असावा. भेटण्याची वेळ संपली हा इशारा त्यानं दिला असावा. मी फार अस्वस्थ झाले.

आता अंधार डोळ्यांत शिरत होता. पावसाचा जोर आणखीच वाढला होता. आम्ही बाहेर पडलो. थोडे चाललो. मी म्हटलं, ''जरा थांबतोस? मी थोडी मिठाई आणते; पण पाऊस खूप आहे रे! कुठं थांबशील?''

''ताई, जन्मभर पाऊसच अंगावर घेतलाय. एवढ्यानं काय होतंय? तुम्ही भेटलात, सगळं भरून पावलं. आम्ही इथंच झाडाखाली थांबतो.'' मी आनंद बाजारमध्ये मिठाई घेतली. त्याच्या हातात देत म्हटलं, ''घरी भावंडांना दे. त्यांना बिचाऱ्यांना काय कळतंय? रिकाम्या हातानं जाऊ नकोस आणि सुहासला हे पुस्तक आणि फोटो दे. ''

''किती करता आमच्यासाठी! कुणी नाही एवढी माया करत. आम्ही जगानं टाकलेली माणसं...''

"असं बोलू नये रे! मी त्याच जगातली आहे ना! चांगलं वागा. अजून बरंच आयुष्य आहे. ते सत्कारणी लावा. जग तुम्हाला प्रेम देईल." तो शुभ्र चकचकीत हसला. भर रस्त्यात पायावर डोकं टेकलं. "आता कधी याल?"

"येईन रे! मनात आलं की चटकन उठून येता येत नाही. परवानगी, वाट बघणं, नियम आहेत. काय करायचं?"

"तरी लवकर लवकर या. आम्ही वाट बघतो. तुमच्याशिवाय आम्हाला कुणी नाही." मी त्याच्या मस्तकावर थोपटलं. "रात्र झालीये. जपून जा. एकमेकांशी प्रेमानं वागा. सर्वांना माझी आठवण दे."

पाऊस त्याच्या डोक्यांवरून गालावर ओघळत होता. हात जुळले होते. मी घराकडे निघाले.

घरी सन्नाटा. मीहून बोलले, "मला जेवायचं नाही. खाल्लंय." मी माझ्या खोलीत आले. कॉटवर पडून राहिले. डोकं भणभणत होतं; बळेबळे डोळे मिटून घेतले; दिवा घालवला; पण डोक्यातले विचार कसे घालवू? मिटल्या डोळ्यांपुढेही तो पाठमोरा माणूस दिसत होता; इशारा देणारा, पाळत ठेवणारा. आताच कुठून उपटले ते साहेब? त्यांना का घाबरायचं?

आणि मी कुणाला का म्हणून घाबरायचं?

संतोषचा चेहरा आठवत होता... "आम्ही तुमची वाट बघतोय. तुमच्याशिवाय आमचं कोण आहे?" मी कोण? कुणाची कोण? काय करते यांच्यासाठी? पण त्यांच्या भिंतीपल्याडच्या जगातली कुणीतरी, मायेचा शब्द घेऊन आलेली. बस्स! पुरे एवढ नातं.

मी सटपटून उठले. पत्रांचा ढीग उपसला. संतोषचं पहिलं पत्र उघडलं–

येरवडा

ॐ नमो भगवते श्री गजाननाय

२५/७/२००२

गिरिजाताई यांना

संतोष महादेव भिंताडे यांजकडून सप्रेम नमस्कार वि. वि. पत्रास कारण की, दि. २३-७ रोजी मी आपली कारागृहात भेट घेतली. अद्याप मी स्वत:ला सावरू शकलो नाही. आपण ज्या प्रेमाने, वात्सल्याने संदेश आणि आशीर्वाद दिलेत त्याबद्दलच्या माझ्या भावनांना मी पत्ररूपाने वाट मोकळी करून देत आहे.

ताई, आपण त्या दिवशी भेटल्यानंतर मला माझे कोणीतरी कुटुंबापैकी किंवा आप्तच भेटल्याचा आनंद झाला. तेव्हा वेळेअभावी म्हणा की परिस्थितीअभावी,

आपले जास्त बोलणे होऊ शकले नाही. तसे पाहायला गेलो, तर ताई, ती आपली पहिली भेट होऊ शकत नाही. कारण पुस्तकरूपाने आपली भेट होतच राहते की! बरे असो. मला आपणास पत्र लिहिताना थोडे दडपण आले होते; पण जेव्हा आपला वात्सल्याने ओथंबलेला चेहरा डोळ्यांसमोर आणला तेव्हा माझे दडपण दूर झाले. ताई, आपले लेखन हे आजच्या पिढीला वास्तवतेची जाणीव करून देणारे आहे. स्वप्नरंजनापासून दूर नेणारे आहे आणि अशाच लेखनाची आज गरज आहे, कारण अशा लेखनामधून आजच्या समाजाची जडणघडण अवलंबून आहे. आपण इकडे येऊन गुन्हेगारांमधलं माणूसपण शोधण्याचा प्रयत्न करत आहात. आपल्या या प्रयत्नास नक्कीच यश मिळेल, कारण आतापर्यंत समाजातल्या कुठल्याच सिद्धहस्त लेखकाने, विचारवंताने, बुद्धिप्रामाण्यवाद्याने हा प्रयत्न केला नव्हता. आपण आम्हाला या अंध:कारामधून (समाजाचा आमच्याकडे बघण्याचा दृष्टिकोन) बाहेर काढू शकता. प्रत्येक गुन्ह्याच्या मागची पार्श्वभूमी बघितली की, आपणास कळेल की, नक्की हे अपराधी आहेत का? माझे स्वत:चे उदाहरण घेऊ.

मी मूळचा सांगली जिल्हातील विटा येथला; पण वडिल रेल्वेत असल्याने माझा जन्मच जळगावचा. बी.कॉम.पर्यंत जळगाव येथे शिकलो आणि लॉसाठी पुण्याला आलो. बहिणीकडे नवीन वातावरण, नवीन मित्र. शालेय जीवनापासून सामाजिक कार्याची आवड. महाविद्यालयीन जीवनातसुद्धा एका विद्यार्थीसंघटनेमध्ये सक्रिय सहभाग, नेहमी योग्य गोष्टींना पाठिंबा, त्यामुळे विचार करण्याची चाकोरी ठरून गेलेली. त्यामध्ये बदल नाही. आम्ही राहायचो त्याच्या बाजूच्या कॉलनीतील मुलगा आमच्या कॉलनीतील एका मुलीची नेहमी छेडछाड करीत असे. माझा त्या मुलीशी दुरान्वयेही संबंध नव्हता. फक्त ती आमच्या कॉलनीतील असल्यामुळे मी त्या मुलास जाब विचारण्यास गेलो. त्यातून आमची भांडणे झाली व त्यात त्या युवकाचा मृत्यू झाला.

मी स्वत: पोलीस स्टेशनला हजर झालो. ताई, मी नेहमी वृत्तपत्रातून वाचतो – भर रस्त्यामध्ये युवतीला एकतर्फी प्रेमातून जाळले; चाकूने मारले. सांगली - अमृता देशपांडे, पुणे - नीता हेंद्रे, उल्हासनगर - रिंकू पाटील अशा अनेक घटना आहेत. या जेव्हा घडल्या तेव्हा समाजातील विचारवतांनी व बुद्धिवंतांनी एकच टाहो फोडला. समाज षंढ झाला. एवढ्या भर गर्दीमध्ये कोणीच त्या असाहाय्य युवतींना वाचवायला जाऊ शकत नाही, यासारखे आजच्या समाजाचे दुर्दैव ते काय? पण ताई, मी असे विचारतो की, त्या युवकाला जाब विचारण्यास गेलो, त्याने मलाच शिवीगाळ व मारहाण केली. या गोष्टीचा मला राग येऊन चुकून, अनवधानाने माझ्याकडून रागाच्या भरात कृत्य घडले. यापूर्वी मी कधी पोलीस स्टेशनची पायरी चढलो नव्हतो. परंतु आज जन्मठेपेची शिक्षा भोगतो आहे. माझी एकच चूक की,

त्या असाहाय्य युवतीला वारंवार होणारा त्रास बंद व्हावा यासाठी त्या गुंडाला जाब विचारायला गेलो. असेच जर घडणार असेल, तर कोणीही अशा प्रसंगी मदतीला धावून जाणार नाही. ताई, मी हे कपोलकल्पित लिहीत नाही. याबाबत त्या मुलीनेसुद्धा कोर्टात तसा जबाब दिला (की तो मुलगा तिला वारंवार त्रास देत असे.). काही उपयोग झाला नाही. (न्यायव्यवस्थेबद्दलचे आपले विचार व अनुभव मला सुहासकडून कळाले.) माझे अपील सर्वोच्च न्यायालयातसुद्धा रद्दबादल ठरले. आता राज्य सरकारकडे मुदतपूर्व सुटकेसाठी अर्ज केला. बघू काय होते ते, कारण माझ्या आयुष्याची उमेदीची वर्षे (चौदा वर्षं) निव्वळ तुरुंगात जाणार आहेत. त्यामुळे घरच्यांशीसुद्धा थोडा दुरावा निर्माण झाला. त्यांचे म्हणणे असे पडले की, तो मुलगा ज्या मुलीला त्रास द्यायचा ती आपली कोण होती? कशाला विनाकारण स्वत:चा जीव धोक्यात घातला? तर मी त्यांना म्हणालो की, ओळखीच्या किंवा जवळच्याच व्यक्तीच्या मदतीला जावयाचे असते का?

आपण जेव्हा नोव्हेंबर / डिसेंबरमध्ये याल तेव्हा मला बोलायला थोडा वेळ देणे, ही नम्र विनंती. शेवटी कृतकर्माचा पश्चात्ताप होतो आहेच. आम्ही सर्व बंदीजन समाजापासून बहिष्कृत किंवा लाथडलेले असूनही आपण माणुसकीच्या दृष्टिकोनातून आलात ही अपूर्व घटना आहे. दहा वर्षांपूर्वी आम्ही तुरुंगातील बंद्यांबद्दल घृणा, तिरस्कार व तुच्छ भावना बाळगत होतो. हीच भावना बाहेरचे जग आज आमच्या बद्दल बाळगत आहे. असे असतानासुद्धा आपण आम्हाला भेटण्यासाठी येऊन उपकृत केले. या भावना व्यक्त करण्यासाठी माझ्याकडे शब्द नाहीत. बरे. असो. चूकभूल क्षमा असावी. पत्रोत्तर अपेक्षित.

आपला स्नेहांकित
संतोष भिंताडे

त्याच्या पत्राला माझ्याकडे उत्तर नव्हतं. काय या मुलांचं आयुष्य! अशी किती मुलं चाचपडत असतील! त्यांचं पुढे काय होणार? समाज यांना स्वीकारेल?

आता पाऊस थांबलाय. फक्त घड्याळाची टिकटिक. मग तर तीही ऐकू येईना. फक्त शब्द मनात भीतीची लाट उसळवणारे, 'साहेब आलेत...'

साहेब...साहेब...साहेब... न दिसणारे, पण जाणवणारे.

अंधार आणखीच गूढ होतोय, माझ्या डोक्यात एकच प्रश्न पिंगा घलतोय - ही रात्र कधी संपणार आहे?

'आकांक्षा दिवाळी, २००४'

■ ■ ■

सुहासचं पत्र

सुहासचं पत्र आलंय. येरवड्याला गेल्या गेल्या आपल्या मित्रांना गोळा करून संतोषनं सगळी हकिकत सांगितलेली दिसतेय. सुहासच्या शब्दांतून संतोषचा आनंद माझ्यापर्यंत पोचलाय.

आता त्या प्रत्येकाला विश्वास वाटेल, ताई आपलीच आहे. तिचं वागणं दिखाऊ नाही. सुहास मायना लिहायलाही विसरलाय. म्हणतोय -

संतोष भिंताडेकडून इत्थंभूत हकिकत कळली. फोन वाजल्यावर झरकन आपण उतरून खाली आलात आणि अमेयमध्ये यथेच्छ बसलात. पूर्ण गप्पांचा गोशवारा कानी पडला. सोबत माझ्यासाठी आपण खाऊ बांधून दिलात. फोटो आणि पुस्तकं हाती पडली. सोबत आलेल्या भाच्यालाही एक पुस्तक मिळालं. कोणतंही दडपण न येता आपुलकीनं आपण बोललात यामुळे तो भारावला. प्रत्यक्षात आपलं मोठेपण त्याला त्या वेळी जाणवलं. खूप मोकळं बोलता आलं त्याला.

ताई, बोलताना आपण म्हणालात की, सुहास बोलण्यातून रिझर्व्हड वाटतो. खरं आहे ते. माझ्या जीवनाकडे मी मागं वळून पाहतो तेव्हा आयुष्यातले बरेच ठोकताळे मूर्त स्वरूपात नजरेसमोर येतात. काय मिळवलं या मानवी जन्मात असा प्रश्न सततचा भेडसावत राहतो मनाला. चार माणसं मिळवता, जोडता आली नाहीत मला. या पृथ्वीच्या पाठीवर माणूस म्हणून ओळखणारं कुणी नाही. मला

मनुष्य योनीत जन्माला येऊन माणसासारखं जगता आलं नाही, यासारखं दारुण दु:ख नाही. जीवनात मी कुणाच्या उपयोगी पडलो नाही. मग 'जीवनाच्या उत्तरार्धात विचारणारं मला कुणी नाही' हे शल्य उरात कायमचं राहील. मोठी विचित्र अवस्था आहे ही. माझ्यासारखी ही विपरीत स्थिती जगात फार कमी लोकांवर येत असते. आयुष्यातल्या अखेरच्या श्वासानंतर सरणापर्यंतच्या प्रवासासाठीदेखील साथ देणारी चार/सहा डोकी मला मिळवता आली नाहीत, यामुळे माझा चेहरा नेहमी दुर्मुखलेला आढळतो.

माणसांत वावरून/जगून (केसपूर्वी) अचानक माणसांच्याच जीवावर उठावं, या कृतीतून मी स्वत:ला एक वन्य प्राणीच समजतो. नव्या जीवाला जन्म देत संगोपन करणं ही वृत्ती जन्मजातच नव्हती. उलट जित्याजागत्या दोन माणसांच्या अंताला कारणीभूत ठरलो. यामधून मी स्वत:ला गर्द काळोख्या अनंत गाभाऱ्यात चाचपडत, धुंडाळत असतो. मोठ्या अकल्पनीय, गूढ विचारलहरी. तरीपण मन मात्र सतत एका वाक्यावर घोटाळत राहतं -

"Life is a mystery to be lived, not a problem to be solved"

या ब्रह्मांडाचा उद्‌गाता ब्रह्मदेव. त्याचं आयुष्य दोन हजार नऊशे तेहतीस अब्ज एवढी वर्षं आहे. म्हणजे त्या अवधीत माझ्यासारख्या पामराचे परार्धही पुनर्जन्म होऊन जातात. माझ्या या जन्मीच्या प्रमादामुळं मला अनेक वेळा चौऱ्याऐंशी लक्ष योनीतून प्रवास करावाच लागेल. तेव्हा कुठं मला पुन्हा मानवजन्म लाभेल आणि त्यातल्या कर्मानुसार मुक्ती निर्णायक होईल. गीतेतल्या श्लोकांच्या प्रभावामुळे हिंदू धर्माचं तत्त्वज्ञान कणाकणाने माहिती करून घेण्याची माझी जिज्ञासा वाढलीये. त्याकरता श्री. आसारामबापू यांच्या संस्थेकडून मला दर महा ऋषीप्रसाद हा अंक येतोय. गीतेतल्या प्रत्येक अध्यायाकडे कित्येक दिवस मी खिळून राहतो. मुळात माझी बुद्धी स्वल्प; तरीही श्रद्धापूर्वक मी असं म्हणतो की, श्रीहरीकृपेने मला यानंतरही अनेक जन्मातून परीक्षा देऊन अंतिम मुक्तीसाठी सज्ज रहावं लागेल. भगवतगीतेच्या सान्निध्यानं जीवनाकडे मी आशावादी दृष्टिकोनातून पाहू लागलो, यातच मी धन्यता मानू लागलो.

आपलं एक ऑगस्टचं पत्र मिळालं. आता आपण माझं जीवन, घटना यांविषयी लिहायला घेतलं हे पाहून मला काही सुचवावंसं वाटतंय. कृपया आपण विचारात घ्याल अशी आशा वाटते. शिक्षा लागल्यानंतर आत्मचिंतनातून प्रकर्षानं मला जाणवलं की, झालं ते सर्व विपरीत होतं. क्षणाक्षणाला आसवं गाळून माझा प्रत्येक दिवस जातोय. पृथ्वीवर असं आक्रित कुणाच्याही घरात होऊ नये. माणसावरच

उठण्याचं कुणाच्या डोक्यात प्रसवू नये यासाठी ईश्वराची करुणा भाकतोय. मनुष्यवध करणं कुणाच्याही दैवात नसावं असं तळमळून वाटतंय. माणसापासून माणूस दूर होण्याची प्रक्रिया थांबावी. मानवजन्म लाभलाय त्यात घर, भावंडं, कुटुंब, सोयरे, समाज यांना सांभाळून, प्रेम वाटून सेवा करण्यात जन्म सार्थकी लागावा, अशी मनोवृत्ती प्रत्येकाच्या ठायी निपजावी असं मनापासून वाटतंय.

हा जन्म एक सत्य आहे आणि जी वस्तुस्थिती आहे तिच्याशी सुसंगत विचार मनामध्ये स्रवून सर्वांशी स्नेह, मैत्री आदी गुणांनी युक्त असलेलं व्यक्तिमत्त्व साकारावं, ज्यायोगे जगन्नियंत्यालादेखील संतोष होईल. कुणा मानवाकडे दुष्ट हेतू, संशय, कपट, द्वेष, दुराग्रह, मत्सर आसपासही दरवळू नये.

(मला जे आता काही म्हणायचं आहे ते फक्त ओबडधोबड शब्दात मांडलंय. माझं नेमकं म्हणणं काय आहे, हे आपल्याला नक्कीच उमगलंय. पुढच्या पिढीतल्या कुणीही माझ्यासारख्या विचारांनी भरकटून नुकसानीत पडू नये हे माझ्या सांगण्याचं तात्पर्य! आपली पत्रं आली आणि भरभरून लिहू लागलो यातच मोठं समाधान आहे.)

कळावे,

आपला

सुहास.

माझी वाटचाल योग्य दिशेनं चाललीये, याचं मला समाधान वाटलं. माझा परिवार वाढतो आहे. प्रत्येक भेटीत एक नवा चेहरा - बुजलेला, साशंक अन् मग तो एकरूप होऊन जातो! गिरिजाताईंशी त्याला मनच्या मनचं खूप काही बोलायचं असतं. या मुलांनी माझं जगणं आनंदमय केलंय. मी लेखिका झाले हे किती चांगलं झालं!

■ ■ ■

श्रद्धास्थान! इथून संवादाला सुरुवात झाली.
येरवडा जेल – गांधी यार्ड.

सुहास जोशी – ज्यांच्या पत्रांमुळे लेखिकेचं या विषयाकडे लक्ष वेधले.

त्या ऐतिहासिक वास्तुजवळ.

पुतळ्याच्या बाजूचे श्री. विजय बेंद्रे
(कारागृह अधीक्षक, येरवडा)
व
लेखिकेच्या डाव्या हाताला
श्री. बी.डी. पिचड
(वरिष्ठ तुरुंगाधिकारी, येरवडा)
या दोन्ही अधिकाऱ्यांनी
सौजन्यपूर्ण वागणूक व
सहकार्य दिले.

बंद्यांबरोबर त्यांची 'माई' येरवडा जेल, पुणे, २ मार्च, २००६.

गिरिजा कीर बंद्यांना पुस्तकं भेट देत आहेत. मध्ये श्री. सुहास जोशी (ज्यांच्यामुळे मी विषयाकडे वळले.) लेखिकेकडून पुस्तक घेत आहेत. संजय कांबळे, बाजूला उभे संतोष शिंदे.

नाटकाचे नाव : 'यमराज संपावर जातात' दि. : १ मे, १९९८.
स्थळ : येरवडा जेल, पुणे. सादरकर्ते : येरवडा जेल, कलामंच.
कलाकार : संतोष शिंदे. पात्र : कळ न लावणारा नारदमुनी.

कार्यक्रम : लावणी. स्थळ : भायखळा जिल्हा कारागृह, मुंबई. दि. : २ ऑक्टोबर, १९९८.
कलाकार : संतोष शिंदे. लावणी : तुझ्या उसाला लागल कोल्हा.

नाटकाचे नाव : 'ट्रक'
दि. : १ मे, १९९६.
स्थळ : येरवडा जेल, पुणे
सादरकर्ते : येरवडा जेल कलामंच
कलाकार : संतोष शिंदे
पात्र : बॉस + वस्ताद
पाकीटमाराचा प्रमुख

अधीक्षक : विजय बेंद्रे साहेब यांना पुस्तक भेट देताना लेखिका. (२००४)

स्त्री अधिकाऱ्यांबरोबर.

ते सातजण माईबरोबर सोबत संतोष मराठे - (सं. 'श्यामशब्द') व
पत्रकार शशिकांत परदेशी (डावीकडून पहिला.)

कारागृहातून बाहेर पडण्यापूर्वी लेखिका.

कैद्यांचे शब्द टिपून घेताना.

गांधीयार्डातल्या ऐतिहासिक झाडाखाली मार्गप्रतिक्षा.

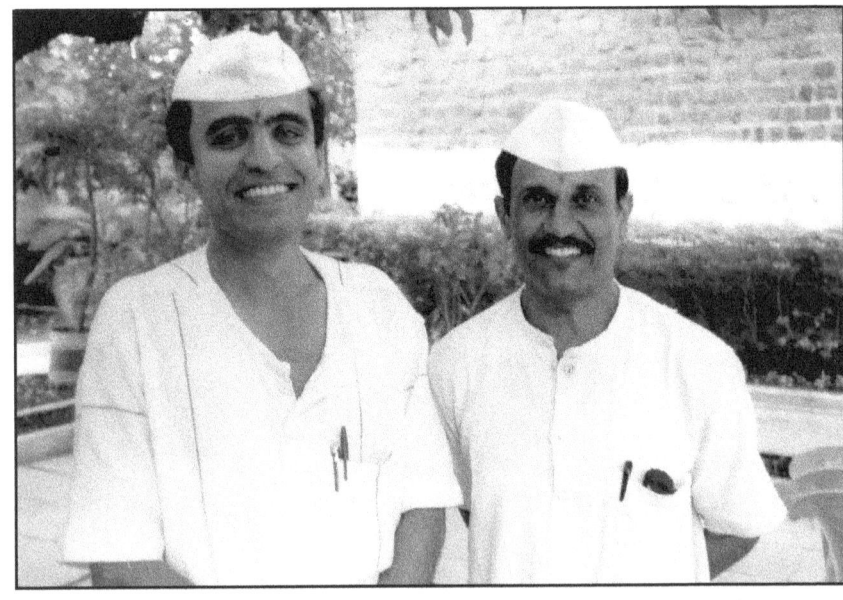

नीलेश जोशी - वसंत बंदावणे. या जोडीनं लेखिकेला संस्कारवर्गात नेलं.

हा तुरुंग? छे:! या गप्पा - एक छान मूड!

येरवडा जेलच्या त्या ऐतिहासिक आम्रवृक्षाखाली - जिथं गांधी-आंबेडकर करार झाला होता.
गिरिजा कीर अधीक्षकांना ग्रंथ भेट देत आहेत. सोबत अन्य अधिकारी व
संपादक संतोष मराठे, पत्रकार शशिकांत परदेशी. येरवडा जेल, पुणे, २ मार्च, २००६.

संतोष शिंदे 'कलावंत' पुरस्कार स्वीकारताना गिरिजा कीर, संतोष शिंदे व आचमे साहेब. येरवडा जेल, पुणे, २ मार्च, २००६.

अधीक्षक धामणेसाहेब यांना बंद्यांची भूमिका समजावून सांगताना गिरिजा कीर. येरवडा जेल, पुणे, २ मार्च, २००६.

आचमेसाहेबांना आपली भूमिका समजावून सांगताना गिरिजा कीर. पट्ट्याची टोपी घातलेला संतोष शिंदे (कलावंत). येरवडा जेल, पुणे, २ मार्च, २००६.

गिरिजाताई आपल्या या मानलेल्या मुलांशी हितगुज करताना – सोबत संतोष मराठे (संपादक), शशिकांत परदेशी (पत्रकार). सोबत आचमेसाहेब. येरवडा जेल, पुणे, २ मार्च, २००६.

मुलांना कथा कळते – आवडते. त्यांच्यातला 'माणूस' जागा करण्यासाठी लेखिका कथाकथन करतेय. मुलं कथेत हरवतात तो क्षण.

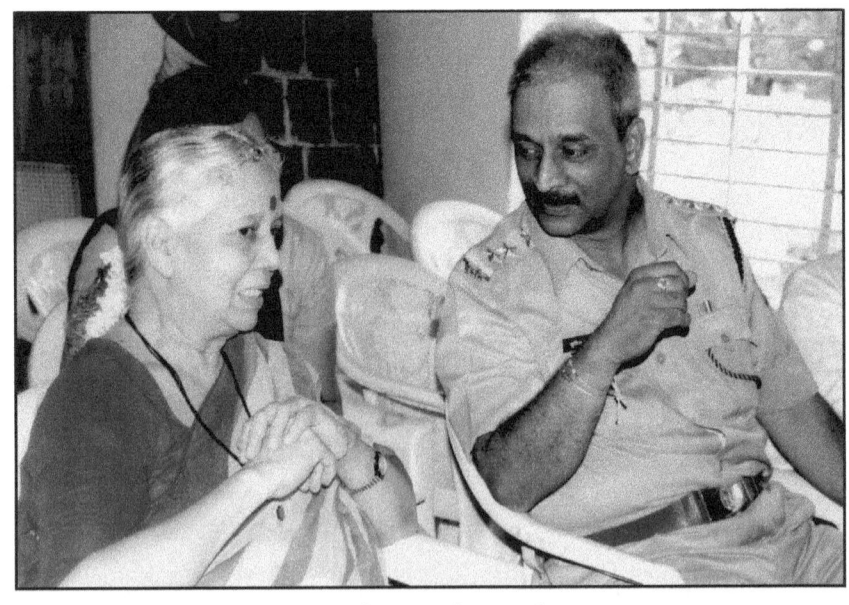

अधिकाऱ्यांसोबत कार्यक्रमात लेखिका.

माईच्या येण्यानं त्याला कविता सुचली (रक्षाबंधन).

दीडशे बालगुन्हेगारांना ओवाळलं.

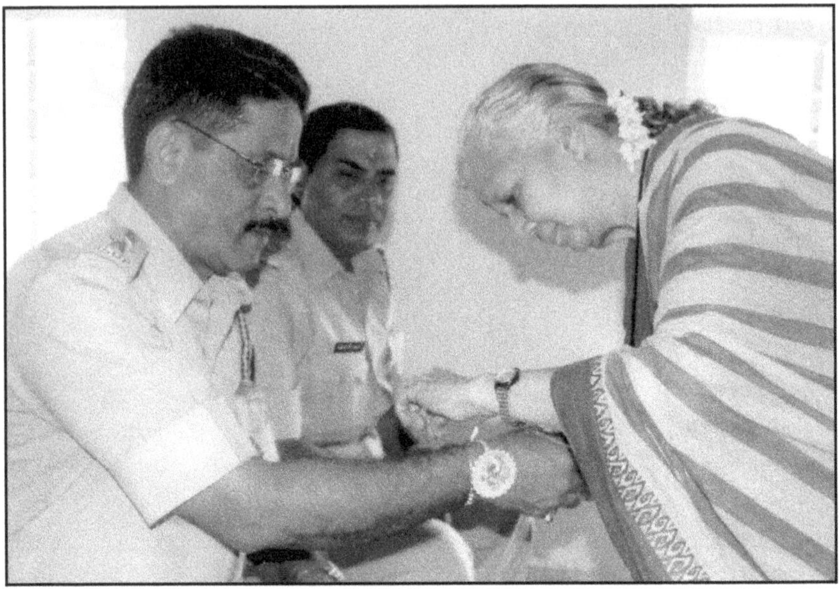

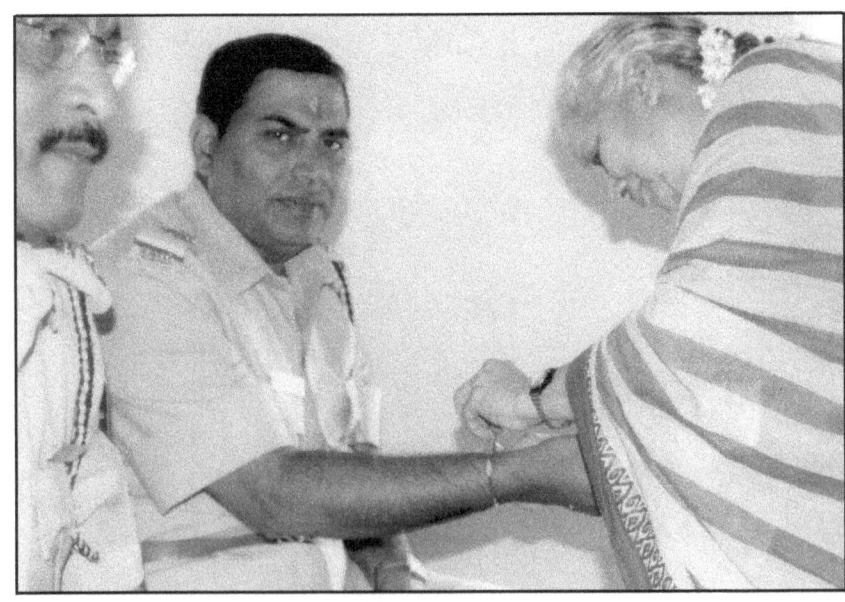

अधिकाऱ्यांना राखी बांधली.

तुरुंगाधिकारी आणि बंदी यांच्यात सेतू बांधला.

'हे सगळं तुमच्यासाठी, बाळांनो!'

गायकवाड कथालेखिकेला भेटायला आले.

संतोष भिंताडे - (आता) पैठण जिल्हा खुले कारागृह.
(बंदी - कामात व्यग्र असतात.)

माननीय श्री. उद्धव कांबळेसाहेब.

स्पंदनं - वेगळ्या जगाची

मी साहेबांसमोर बसले होते. साहेब तसे शांत आणि हसतमुख वाटत होते. तुरुंगाचा अधिकारी म्हणून ज्या काही माझ्या कल्पना होत्या त्यांना सुखद तडा गेला होता. तिथल्या कैद्यांबद्दल, त्यांनी केलेल्या गुन्ह्यांबद्दल, त्यांच्या शिक्षेबद्दल पवारसाहेब सांगत होते. त्यांच्या शब्दांत सहानुभूती होती. कळवळाही!

ते बोलत असताना माझं निरीक्षण चालू होतं. एकूण वातावरणाचं दडपण तर होतंच, पण तरीही मी सगळ्याचा अंदाज घेत होते. खरंतर मन वेगळंच झालं होतं. हा सगळा अनुभव मला नवीनच होता.

आम्ही बसलो होतो त्या खोलीत एक कैदी घाईघाईत जात-येत होता. केव्हा फाईल ठेवायला, तर केव्हा कागद दुसरीकडे पोचवायला. माझी नजर त्याच्यावर जावी एवढ्या वेळा तो फेऱ्या मारत होता. मुद्दाम असेल का? मी त्याच्याकडे निरखून पाहिलं-

असेल पंचविशीच्या आतबाहेरचा. रंग काळ्याकडे झुकणारा, पण तुकतुकीत. नीटस चेहरा, डोळे बोलके. काय नाव असेल याचं? दगडू, धोंडू किंवा चिंगप्पा, यलप्पा अशापैकी नसावं. बाकी नावात काय आहे म्हणा! चांगल्या घरातला, चांगल्या संस्कारातला... माझी विचारांची साखळी एकदम तुटली.

चांगल्या संस्कारातला मुलगा इथं कशाला येईल? कुठल्याच घरातले आई-वडिल वाईट संस्कार करत नसतील. स्वतः वाईट कृत्य केलेले पालकसुद्धा

आपल्या मुलाला त्यापासून दूर ठेवायलाच धडपडतील. मग या तरुणाला असं आडमार्गानं जावं असं का वाटलं असेल?

टेबलावरची फोनची घंटा वाजली. पवारसाहेबांना वरिष्ठांचं बोलावणं आलं होतं. ''आपण बसा. मी पाच मिनिटात येतो.'' असं घाईघाईत सांगून साहेब बाहेर पडले. दार झुलायचं थांबलं आणि तो तरुण आत आला. एकदम माझ्यासमोर येऊन उभा राहिला. मी चपापले. तो म्हणाला, ''मला वाटलं नव्हतं तुम्हाला कधी भेटता येईल. तुम्ही येणार हे कळलं होतं. इथं तुमची पुष्कळ पुस्तकं आहेत. मी ती सगळी वाचली आहेत. तुम्हाला पाहण्याची खूप उत्सुकता होती. तुमच्याशी बोलायचं होतं पण...'' तो दाराकडे गेला. साहेब येतायत किंवा कसे याचा अंदाज घेतला. पुन्हा माझ्याजवळ येत म्हणाला, ''मी तुम्हाला पुन्हा कधीच पाहू शकणार नाही. आज पहिलं आणि अखेरचंच.''

''असं का म्हणतोस? मी येईन ना पुन्हा. तुझं नाव काय? साहेबांना सांगेन तुला भेटायचंय म्हणून.''

''माझं नाव... आता सांगून काय करू? या महिन्यात मला फाशीची शिक्षा होणाराय. मी पुन्हा कधीच...'' मी स्तब्ध. नि:शब्द! तो एकदम माझ्या पायाशी वाकला. पायावर डोकं ठेवलं. त्याला काय आशीर्वाद देऊ? आशीर्वादात काही शक्ती असते? काही इच्छा असते? मी फक्त त्याच्या डोक्यावर हात ठेवला. कोणत्या श्रद्धेनं तो माझ्या पायावर डोकं ठेवत होता कुणास ठाऊक. त्याला जगवण्याची शक्ती माझ्यात नव्हती. त्याच्या डोळ्यांना आसवांची धार, माझ्या पोटात कालवाकालव.

दार वाजलं. साहेब आले. टेबलावर फाइल ठेवून तो एकदम बाहेर पडला. मी सुन्न होऊन गेले होते. आत्ता माझ्यासमोर उभा असलेला, माझ्याशी बोलणारा हा मुलगा मला पुन्हा कधीच दिसणार नव्हता? या महिन्यात त्याला फाशी देणार होते. या जगातले त्याचे शेवटचे दिवस! कशाला आला हा माझ्यासमोर? कुठचा कोण? कुणाचा कोण? पण त्याच्यासाठी माझा ऊर दाटून येत होता. मी मोठ्या प्रयत्नानं स्वत:ला सावरत होते. साहेब बोलत बोलतच टेबलाशी आले. म्हणाले, ''मध्येच काम निघालं. जावं लागलं...'' ते आणखीही काही बोलले वाटतं. माझ्यापर्यंत काही पोचतच नव्हतं. मी एकदम विचारलं, ''आत्ता इथं फाइल ठेवून गेला त्या मुलानं काय केलंय?''

''खून केलाय.''

''खून?''

''हो; त्या विशिष्ट परिस्थितीत त्याच्या हातून हे कृत्य घडलं. तो कायद्यानं गुन्हेगार ठरला. एरवी तो मुलगा फार चांगला आहे. त्याचे रिपोर्ट्स समाधानकारक आहेत.''

"पण, त्याला फाशी देणार? सुटू शकणार नाही?" मी काहीबाही पुटपुटले. न राहवून विचारलं, "त्यानं बलात्कार, स्मगलिंग, देशद्रोही कृत्य..."

"छे!" पवार साहेब एकदम म्हणाले, "तसा तो नाही. चांगल्या संस्कारातला आहे. अहो, ही तरुण मुलं गरम डोक्याची असतात. सिनेमे बघतात, ते जग खरं मानतात. कुठे अन्याय झाला की, उसळून उठतात आणि नको ते करून बसतात."

"खून केलाय ना यानं?"

"हो. तो बोलला का तुमच्याशी?"

काय उत्तर द्यावं मला कळेना. बिचाऱ्याला आणखी त्रास व्हायला नको. चटकन विषय बदलत म्हणाले, "त्याला पश्चात्ताप होत असेल ना?"

"होतोय, पण नंतर. आता त्याचं वर्तन फार चांगलं आहे."

"मग त्याला जन्मठेप द्यावी. त्याचं आयुष्यच संपवायचं म्हणजे...."

"पुराव्याअभावी तो सुटू शकला नाही."

साहेबांच्या अनुभवी डोळ्यांनी माझ्या चेहऱ्यावरचा बदल नेमका टिपला. तुरुंगाबाहेरच्या लोकांचे असे अनुभव त्यांना नवे नव्हते. किंचित हसून ते म्हणाले, "त्याची फाशी रद्द झालीये. त्याला जन्मठेप झाल्याची ऑर्डर नुकतीच माझ्या हाती आलीये. गुन्ह्याचं स्वरूप लक्षात घेऊन राष्ट्रपतींनी दया केली आहे."

"त्याला अजून कळवलं नाहीत?" मी अधीरेपणानं विचारलं.

"नाही. या नऊ ऑगस्टला जाहीर करायचं आहे."

"बरं झालं." मी एकदम बोलून गेले. मनावरचं ओझं उतरल्यागत झालं. आतून भरून आलं

माझी स्थिती साहेबांच्या ध्यानात येऊन ते समजुतीनं म्हणाले, "मॅडम, फाशीचा बंदी असा मोकळा वावरू शकत नाही. एकदा फाशीवर शिक्कामोर्तब झालं की, त्याला वेगळं ठेवतात. आत गांधी यार्डाला लागून उजव्या हाताला कोठ्या आहेत पाहा; वर जाळ्या मारलेल्या. लक्ष गेलंय का तुमचं? तिथं ते कैदी ठेवतात. त्याला आधी फाशी डिक्लेअर झाली होती; पण राष्ट्रपतींकडे विनंती अर्ज केला होता. साधारण नऊ ऑगस्ट, पंधरा ऑगस्ट, सव्वीस जानेवारी अशा दिवशी सूट जाहीर करायची असते.

"यानं भलतं काही करू नये म्हणून माझ्या नजरेखाली ठेवलाय. त्याला मी धीर दिलाय. चांगला आहे हो हा. हातात आर्डर आल्याबरोबरच त्याला इकडे आणलाय. खरं त्याच्या लक्षात यायला हवं होतं, पण फार घाबरून गेलाय. आम्हाला कायद्यानुसार त्याला आधी सांगता येत नाही. इथल्या एकूण मानसिकतेचा विचार करूनच आम्ही त्या त्या वेळी डिक्लेअर करतो. खरंतर त्याला कोठडीत ठेवलं नाही, तेव्हा त्याच्या लक्षात यायला हवं होतं."

आता हा जगेल! फाशी जाणाऱ्याची मन:स्थिती काय असते हे मी प्रत्यक्ष पाहिलं. ते ऐकणाऱ्याची अवस्था काय होते ते स्वत:च अनुभवलं. सगळंच सांगण्यापलीकडचं, अनुभव घेऊ नये असं.

मी तुरुंगाच्या गेटबाहेर पडले ती एक विचार मनात निश्चित करून. इथं येणं सोडायचं नाही. या मुलांना कुणी भेटोत न भेटोत, कुणी आपलं म्हणोत न म्हणोत, आपण त्यांना मायेचा स्पर्श द्यायचा. त्यांचे अश्रू बघून कुणाच्यातरी पोटात तुटतंय हे त्यांना कळायला हवं. त्यांना धर्माची आई मिळायला हवी.

माझी रिक्षा वेगानं गावाच्या दिशेनं चालली होती आणि मन त्याहीपेक्षा गतीनं भविष्याचा वेध घेत होतं – या मुलांसाठी मला काय करता येईल?

शब्ददर्शक - दिवाळी, २००४
इंदूर

■ ■ ■

संजय कांबळे

ठेव वेदनांची

मी घाईघाईत पुण्याला जायचा बेत ठरवला. तशी तर एप्रिलअखेर येरवडा जेलची भेट निश्चित केली होती. वरिष्ठांची परवानगी घेतली होती; पण अचानक सुहासचं पत्र आलं. त्याच्या पत्रात संजय कांबळेचं पत्र आहे. या तरुणाची नवीनच ओळख.

सुहासचं हे वैशिष्ट्य आहे. तुरुंगातलं कंटाळवाणं, दु:खदायक आयुष्य जगताना आपलं एकाकीपण घालवायला त्यानं अनेक मित्र जोडलेत; त्यांचं एकटेपण सुसह्य व्हावं म्हणून विविध उपक्रम सुरू केलेयत. त्यांना मायेचा हात मिळावा हीही त्याची एक धडपड आहे. आपल्याला एक हक्काची ताई मिळालीये तशी ती त्यांनाही मिळावी ही त्याची आंतरिक ओढ.

साधारण सहा-एक महिने गेले की, तो मला एक नवं नाव कळवतो. त्या दोस्ताविषयी भल्या शब्दांत लिहितो आणि पुढे विनंती करतो, 'तुम्ही त्याच्याशीही बोला. त्याला खूप आनंद होईल.' सुहासचा अभ्यास करता करता येरवडा जेलमधल्या अनेकांची मी आई झालेय. आताही त्याच्या शब्दांत आर्जवं आहेत. त्यामागची आच मला कळतेय. हृदयपरिवर्तनाचं हे काम मी हाती घेतलं आहे. ही मुलं चांगली होणं, जबाबदार नागरिक होणं, नीट मार्गी लागणं हा तर माझा मूळ हेतू आहे. मी उत्सुकतेनं पत्र उघडतेय.

चार पानी मोठं पत्र. अक्षर नेटकं, लेखन स्वच्छ, भाषा शिकलेल्या मुलाची

आहे. तरी हा जन्मठेपेची शिक्षा भोगतोय. काय केलं असेल यानं? कुठं नेमका घसरला असेल? माझ्या मनावर चिंतेचं सावट आलंय. या समाजातली सुशिक्षित मुलं अशी भडक कशी? यांचा मनावरचा ताबा पटकन कसा सुटतो? मी पत्र वाचू लागले -

अरे, म्हणजे हा मुलगा बारावीपर्यंत शिकलेला, मिळवता, कलांची आवड असलेला आणि थोडंबहुत सामाजिक कार्य करणारा आहे.

तर मग काय घडलं याच्या हातून? मोठ्या विश्वासानं तो आपली कहाणी सांगतोय.

संजय आई बाबांचा एकुलता एक. आई शेती करणारी. वडील सरकारी खात्यात ड्रायव्हर. याला सामाजिक कार्यात रस. त्यानं पत्रकारितेचा कोर्स केला. रायगड जिल्हा सामाजिक संस्थेनं त्याला आपल्या कार्यकारिणीत घेतलं. मग खजीनदार केलं. त्यातून वाद निर्माण झाले. एकदा पंचांबरोबरच बाचाबाची झाली आणि मित्रानं मारलं. संजय रागानं घरी परतला, तर चौघांनी येऊन त्याच्या बायकोला दम भरला. तिला आठवा महिना होता. संजयचं पित्त खवळलं. स्वत:च्या बचावासाठी खंजीर घेऊन तो बाहेर पडला. तो कॉंग्रेसचा युवा पिढीचा कार्यकर्ता. विरुद्ध पक्षाच्या चौघांनी त्याच्यावर हल्ला केला. बचावासाठी त्यानं समोरच्या तरुणाला खंजीर खुपसला.

पुढे कोर्ट-कचेरी, जन्मठेप सगळं ओघानं आलं. जे घडलं ते वाईटच. संजय घाबरला. कुणाला आयुष्यातून उठवावं हे त्याच्या मनात नव्हतं, पण एकदम चौघांनी हल्ला केल्यावर त्याचा तोल सुटला.

झाल्या प्रकारानं वडलांनी नाव टाकलं. खंतावलेल्या अवस्थेत पुढे त्यांचं निधन झालं. सासऱ्यांनी जावयाचं नाव टाकलं होतं, कारण त्या दोघांनी प्रेमविवाह केला होता; पण आता प्रसंग आल्यावर सासरे पुढे सरसावले. शेवटी दीड लाख देऊन कॉम्प्रोमाईझ करावं असं ठरलं. तसे पैसे दिले, पण आता त्यांच्या अटी वाढल्या-

१) संजयचं राहतं घर त्यानं द्यावं २) या एरियात त्यानं राहू नये ३) पुन्हा राजकारणात पडू नये.

या अटी त्यानं अमान्य केल्या. भांडण पेटलं आणि तो जन्मठेपेचा कैदी झाला. मच्छिमारीचा व्यवसाय करणाऱ्या त्याच्या सासू-सासऱ्यांनी या बिकट स्थितीत त्याला आधार दिला. मानसिक बळ दिलं. पत्नी खंबीरपणे पाठीशी उभी राहिली. आता तुरुंगवास भोगताना त्याला पुरा पश्चात्ताप होतोय. अतिशय शांत चित्तानं आणि विचारपूर्वक त्यानं आपली बाजू मांडलीये. ती मांडताना आपण कुठे चुकलोय असं त्याला वाटतच नाहीये. जो मारला गेला त्याच्या घरच्यांबद्दल, न्यायाधीशांबद्दल तो

तक्रारीचा सूर लावतो आहे. आपल्या पत्नीबद्दल, लाडक्या मुलाबद्दल हळवं झालेलं त्याचं मन आपल्या हातून मारला गेलेला मुलगा हाही कुठल्यातरी आईच्या पोटचा गोळा होता हे मात्र लक्षात घेत नाही.

गेला तो मुलगा गुंड असेल, वाईटही असेल कदाचित; पण आपण कायदा हाती घेऊन त्याला शासन केलं, तर आपणही गुन्हेगारच ठरतो हे सत्य त्याला कळलं नाहीये.

ते पटवून देणं; मायेनं चुचकारून पटवून देणं हे माझं काम आहे. कसोटी माझीही आहे.

आता लवकरात लवकर येरवड्याला जाऊन त्याला भेटायला हवं. मी त्याला लगेचच पत्र टाकते. एप्रिल महिन्यात येत असल्याचं कळवते.

मध्यंतरी त्याचं आणखी एक पत्र येतं. खूप हळवं, विस्कटलेल्या मनस्थितीत लिहिलेलं. जीवनाशा करपून गेल्याचं सांगणारं. खरंतर मी जाणार आहेच, पण आता लगेचच जाणं मला आवश्यक वाटू लागलं. अशी हळवी मुलं त्या क्षणाला काहीही चुका करू शकतात. इतकी निराशा त्याला समतोल विचार करू देणार नाही. मी लगेचच सुहासला पत्र टाकलं. दोन एप्रिलला दहा वाजता तुरुंगात भेटीला येत असल्याचं कळवलं. त्याच्या मित्रांना घेऊन यायला सांगितलं.

तुरुंगाधिकार्‍यांना महिन्यापूर्वीच पत्र टाकलंय. आता फक्त मला तारीख बदलून हवी आहे. मी भराभर पुण्याला फोन लावतेय. प्रत्येकापुढे मी कोण, काय, कशासाठी याचा पाढा वाचतेय. त्यांच्या परवानगीच्या पत्राचा संदर्भ देतेय. पाच-सहा तासांच्या खटपटीनंतर एकदाचा साहेबांना फोन लागतो. साहेबांची परवानगी मिळते.

सामानाची बॅग भरत असतानाच संजय कांबळेचं कार्ड हाती येतं -

पाठोपाठ हे त्याचं तिसरं पत्र. हा मुलगा खूप विस्कटलाय. त्याला कुणालातरी मोठ्या विश्वासानं मनातलं सगळं सांगायचंय. त्याच्या वेदनेची कळ जाणून घेणारं माणूस त्याला हवंय.

सुहासला ताई मिळालीये. आपल्याला का नाही? ती आपली माय का होऊ नये? तुरुंगात खितपत पडलेल्या या मुलांना आपलं मानणारं माणूस हवं असतं. कुणाशी बोलू? कुणाला सांगू? कुणी आपल्याला समजून घेईल? ही मनाची तगमग असते. ती जाणून घेऊनच मी त्या मुलांची आई झालेय. त्यांना जगवलं पाहिजे. मिळालेल्या आयुष्याबद्दल त्यांच्या मनात प्रेम निर्माण केलं पाहिजे ही माझी धडपड. २ एप्रिल २००४ला येरवडा जेलच्या दाराशी जाऊन मी उभी राहते.

''अहो आजीबाई, चाललात कुठं? उभ्या राहा.'' पोलिसांची करड्या आवाजात हाक. मी कोण? केस पिकलेली (ते न रंगवणारी), फॅशन न करणारी, चक्क

अंगभर कपडे घालणारी एक वयस्कर बाई! तिच्याशी कितपत सन्मानानं बोलायचं? कदाचित एखाद्या खुन्याची आई, मावशी असावी ही पोलिसांची धारणा.

तुरुंगात भेटीला यायला लागल्यापासून मी दोन गोष्टी शिकलेय. एक – संयम बाळगायचा. कशाचाही अपमान वाटून घ्यायचा नाही. दोन – गिरिजा कीर एक लेखिका हा स्वपरिचय विसरायचा. अशा वेळी माझ्या ओठांवर स्वातंत्र्यवीरांच्या ओळी येत असतात-

'जे दिव्य दाहक म्हणोनि असावयाचे
बुद्ध्याच वाण करि हे, धरिले सतीचे॥'

त्या थोर पुरुषानं अंदमानच्या कारावासात केवढा दाहक अनुभव घेतला! पण हे सतीचं वाण आहे याचं विस्मरण होऊ दिलं नाही. हे व्रत डोळसपणानं घेतलंय, याचं सतत स्मरण ठेवलं. मग आपल्यासारख्या सामान्य स्त्रीनं कसले मान-आपमान मानायचे? ज्या अनुभवांतून बुद्ध्याच जायचं ठरवलंय, तिथं तक्रार कशाला करायची?

मी हातातलं पत्र पोलिसांसमोर धरते. "हे साहेबांचं परवानगीचं पत्र. मला दहा वाजता भेटीची वेळ दिली आहे."

"थांबा इथंच. मी पत्र दाखवून आणतो." आता आवाजात सौम्यपणा आलाय. मी कुणी गुन्हेगार नाही वा गुन्हेगाराची नातलग नाही. मराठीतली एक (निरुपद्रवी) लेखिका, या लष्करच्या भाकरी भाजण्याचं काम करतेय हे बघून त्याला माझी दया आली असावी. खाऊन-पिऊन आरामात घरी राहायचं सोडून ही बाई या नसत्या उचापती का करत असेल, असाही एक भाव त्याच्या चेहऱ्यावर उमटून गेलाय.

पाचच मिनिटांत कागद फडकवत तो बाहेर आला. "या. आत या." लहानशा कमानीतून मी चंचुप्रवेश केला. नाव, गाव, पत्ता, काम याची सदरं भरून सही केली. साहेबांच्या खोलीत मला बसायला सांगितलं.

मनात एकच विचार चमकून गेला – या देशात अनेक गुन्हे घडतात, अनेक गुन्हेगार राजरोसपणे, प्रतिष्ठितपणे हिंडतात. चोरून शस्त्रास्त्रं, चरस, गांजा या गोष्टी येतात. एवढंच नव्हे, तर अतिरेक्यांचे अड्डे आहेत. त्यांना का अडवलं जात नाही? मुळात या गोष्टी, अशी माणसं नजरेतून सुटतातच कशी? आणि आमच्यासारखी माणसं सेवाभावी वृत्तीनं हृदयपरिवर्तनाचं काम करतात, संशोधनात्मक लेखन करतात त्यांना या कायद्याच्या अनंत फूटपट्ट्या! मी पुन्हा मना सज्जनाला समजावते -

'नको रे मना क्रोध हा खेदकारी' - आमच्या साधुसंतांनी कवींनी केवढं विचारधन आमच्यासाठी ठेवलंय...

कुणीतरी येऊन डोकावून जातं. "साहेब केव्हा येतील?" मी विचारते.

''येतीलच. तुम्ही बसा.'' जराशानं पिचड साहेब येतात. ''वर बेंद्रे साहेबांना भेटून येता?''

''हो.'' मी पायातलं बळ आजमावत पायऱ्या चढते. बेंद्रेसाहेब फाइलीत डोकं खुपसून बसलेयत. ''मला गांधी यार्डात कैद्यांना भेटता येईल?''

''गिरिजाबाई, सध्या बाहेर वातावरण तंग आहे. खरंतर पाहुण्यांना सध्या भेटण्याची परवानगीच नाही. तुमची केस वेगळी आहे. तुम्ही लेखिका आहात म्हणून परवानगी दिली, पण ती खालच्या रूममध्येच. तिथंच बसण्याची व्यवस्था करायला सांगतो.''

मी नाइलाजानं मान हलवते. पिचडसाहेबांच्या खोलीसमोर एक खोली आहे. (कॉरिडॉरसारखी) मध्ये झुलता दरवाजा. पलीकडे दुसऱ्या साहेबांची बसण्याची जागा. त्या समोरच्या खोलीत दोन बाकं. त्यासमोर एक टेबल. मध्ये रस्ता, पुन्हा एक टेबल, दोन बाकं. मी आगंतुकासारखी उजव्या हाताच्या टेबलाशी जाऊन बसते. माझ्यासाठी एक (पुराणी) खुर्ची ठेवलीये. इतक्यातच कसला गलका ऐकू येतो. दोघादोघांच्या रांगेत दहा-बारा जण एकदम येतात. ते बसलेयत चवड्यावर. पाठीमागून एक हवालदार येतो, मागून आणखी आठदहा जण. गर्दीच गर्दी. ते एकमेकांना ढकलतात. हवालदार त्यांना लाथा मारत बाहेर ढकलतो. त्यांचे चेहरे कसनुसे. काहींचे मुर्दाड, माराला सरावलेले. तो हवालदार जोरात खेकसतो. सबंध खोलीत भरून राहिलेला त्याचा उर्मट आवाज, भावरहित चेहरे, काही दुखावलेले, रापलेले. घामट वास!

मला एकदम कसंतरीच होतं. वाटतं, आता आपल्याला उलटी होईल. कपाळ घामानं डवरलंय. एवढ्यात दरवाजातून संतोष भिंताडे येतो. पायाला हात लावून नमस्कार करतो, मागून सुहास. माझ्या चेहऱ्यातला बदल त्याला चटकन जाणवतो. ''तुम्ही इथं का बसलात? गांधी यार्डात भेट मागायची.''

''परवानगी मिळाली नाही. सध्या राजकीय वातावरण तंग आहे. त्यांना नियम पाळावेच लागतात.'' त्याला वाईट वाटतं.

भराभर पाच-सहाजण येतात. नमस्कार करून समोर बाकावर बसतात. सुहास मला सगळ्यांची ओळख करून देतो. संजय कांबळे आपली व्यथा सांगतोय. तक्रार सांगतोय. आपली बाजू मांडतोय. समोर दोन बंदूकधारी. त्यांच्या चेहऱ्यावर अपार कुतूहल! ही बाई यांच्याशी एवढं काय बोलणार असेल याची उत्सुकता. ती सर्व तरुण मुलं एकाग्र चित्तानं माझं बोलणं ऐकतात. त्याचाही त्या पोलिसांना कंटाळा येतो. ही राजकारणातली बाई नाही हे लक्षात येतं. अशा सपक बोलण्यात त्यांना रस वाटत नाही. जांभया देत ते उठतातच.

नव्यानं आलेल्या पाचही जणांना मला काही काही सांगायचंय. गप्प आहे तो

एकटा सुहास. मी विचारते, ''सुहास, आज गप्प गप्प का?'' त्याचाही मूड गेला होता. मी मुंबईला गेल्यावर त्याचं पत्र आलं – 'तुम्ही गांधी यार्डात भेटायला हवं होतं. तुम्ही एवढ्या मोठ्या लेखिका. आमच्यासाठी येता. तुम्हाला मानानं वागवलं पाहिजे. मी काहीच बोलू शकलो नाही. मूडच गेला. आता पत्रातून मन मोकळं करतो...'

मुलांना इतकं वाटतं ही माझी केवढी मोठी मिळकत! त्या लोखंडी गजाआड, अजस्र भिंतीआड राहूनही त्यांची मनं जागी आहेत, संवेदनशील आहेत ही किती समाधानाची बाब आहे!

मी लगेच पत्रोत्तर लिहायला बसले.

'**चौफेर समाचार**' **दिवाळी**, २००४

∎ ∎ ∎

पत्रभेटीतले कैदी - दोन

एका कवीची मनबोली

येरवडा जेलची भेट आटोपून आले. घरी पाऊल ठेवलं की सर्वप्रथम आलेल्या दूरध्वनींच्या नोंदी पाहते, मग टपाल.

आजच्या टपालातल्या एका पाकिटानं लक्ष वेधून घेतलं. पाकीट उघडलं. आत पुस्तक – 'आत्मझड' कवी : शिवाजी साळुंके. सोबत पत्र. पत्त्याकडे लक्ष गेलं. पत्र 'पैठण खुले कारागृहा'मधून आलंय.

येरवडा जेलमधल्या माझ्या कार्याची नोंद पुण्याच्या 'लोकसत्ता' आणि Indian Express ने ठळकपणे घेतली. त्यामुळं या कामाची दखल अनेकांकडून घेतली गेली. इंडियन एक्स्प्रेसनं तर अर्धं पान मोठं छायाचित्र छापून माझा नेमक्या शब्दांत गौरव केला. परिणामी जी पत्रं आली त्यात लक्षवेधी दोन पत्रं होती – राजकुमार गुप्ता आणि शिवाजी वेडू साळुंके यांची.

राजकुमार गुप्तानं आपली पूर्ण जीवनकहाणी कळवलीये, तर शिवाजीनं आपल्या कवितेतून मनाची स्पंदनं माझ्यापर्यंत पोचवलीयेत.

शिवाजीचं पत्र म्हणजे त्याच्या भाववृत्तीचा आरसा! मी आधी पत्र वाचायला घेतलं –

शिवाजी साळुंके
सी. ३४९५
पैठण खुले कारागृह
नाथ-नगर दक्षिण
पैठण-औरंगाबाद.

आदरणीय..

लिहून लेखणी थबकली. पुढे कोणतं संबोधन वापरावं? 'मॅडम' लिहावं, तर ज्या व्यक्तीने मराठी साहित्य समृद्ध केलं, ज्यांच्या साहित्यातून भाषेचं सौंदर्यशास्त्र अभ्यासावं अशा 'गिरिजा कीर' की ज्यांच्या नावाचा दबदबा प्रत्येक साहित्य-रसिकाच्या मनात आहे, त्यांना लिहिताना आंग्ल भाषेच्या आदरदर्शक मॅडम शब्दाने कशी सुरुवात करू? या द्वंदात मनाचा हिंदोळझुला झुलतोय. पत्रलेखनाचा पारंपरिक संस्कार मनावर कोरला गेल्याने आणि कधी काळी पत्राची सुरुवात श्री. राजमान्य राजश्रीने (श्री. रा. रा.) वडिलधारी मंडळी करायची. ती पद्धत अलीकडे कालबाह्य झाली असली, तरी त्या शब्दांचं भारदस्तपण मनावर मोहिनी घालतंय आणि गिरिजा कीर हे नाव असंच मोहिनी घालणारं आहे. परवा लोकसत्तामध्ये बातमी वाचली – 'एका लेखिकेचा पत्र-संवाद'. त्या बातमीची कितीतरी वेळा पारायणं केली. आजकाल माणूस माणसापासून दूर होत चालला असताना तुम्ही एका अमानुष खुनी कैद्यासोबत माणुसकीचं नातं जोडता, त्याला भेटता, त्याचं भावविश्व समजावून घेण्याचा प्रयत्न करता, कारागृह नामक संवेदनाहीनांच्या वस्तीतही संवेदनशील माणसं असतात हे व्यवस्थेला सांगण्याचं काम करता. गांधीजींचा सुविचार 'घृणा पापाची करा. पाप्यांची नाही.' हा प्रत्यक्ष आचरणात आणता. नाहीतरी आजकाल महात्म्यांचे विचार भिंतीवरची शोभा वाढवण्यासाठीच असतात; पण तुम्ही तुमच्या कृतीने तो प्रत्यक्षात आचरलात. देव आहे की नाही मला माहीत नाही, पण तुमच्यासारखी देवमाणसं नक्कीच मौजूद आहेत, म्हणून देव संकल्पनेची मिजास टिकून आहे हे निर्विवाद! तुमचे आभार कोणत्या व कशा शब्दांत मानू?

तुम्ही स्वत:च शब्दप्रभू आहात. प्रभूची पूजा शब्दपूजेनेच करावी म्हणून माझ्या शब्दांची 'आत्मझड' नामक शब्दांजली तुमच्या चरणी वाहण्यासाठी हा पत्र-प्रपंच! मला याची पूर्ण कल्पना आहे की, तुमच्या व्यग्र दिनक्रमातून तुम्ही आत्मझडसाठी थोडा वेळ काढाल. 'आत्मझडवर तुमच्या प्रतिक्रिया कळवाल. तुमचं मार्गदर्शन मला भावी जीवनासाठी, लेखनासाठी मार्गदर्शक ठरू शकेल.

जन्मठेपेचा जीवघेणा, दहा-पंधरा वर्षांचा प्रवास शब्दवेणेद्वारा मांडावा असं वाटतं, पण मार्ग सापडत नाही. कशी आणि कुठून सुरुवात करावी? वेदनांची जाहिरात करावी का? हे प्रश्न मनी-मानसी फेर धरून नाचताहेत. आयुष्याचा तोल सुटला असताना ताल धरण्याची धडपड निष्फळ ठरते आहे. यातून तुम्ही दिशा दाखवावी या अपेक्षेसह वंदन.

पत्र द्याल?

द्या.

वाट पाहीन....

आपला

सी ३४९५

पैठण खुले कारागृह

नाथ-नगर दक्षिण

पैठण. औरंगाबाद ४३१ १०८.

पत्र वाचलं. सुन्न झाले. इतकं आतड्यानं पत्र पाठवणाऱ्या त्या मुलाच्या हातून काय घडलं असेल? नेमकी कोणती चूक? नक्की चूक घडली की...?

विचारांचं मोहोळ उठलंय. मी सात केसेस अभ्यासासाठी घेतल्या आहेत. या नुसत्या टिप्पणी नाहीत. हा मनांचा प्रवास आहे. त्यातल्या पाच जणांची तर मी 'माई' आहे. ती तरुण मुलं आपल्या व्यथा-वेदना विश्वासानं मला सांगतात. मीही धडपडत त्यांना भेटायला जाते. त्यांच्या मनावर मायेची फुंकर घालते. हृदयपरिवर्तनाच्या माझ्या या प्रयत्नाला त्यांनी चांगला प्रतिसाद दिला आहे. आता शिवाजीला मला समजून घ्यायचं आहे –

।।श्री।।

चि. शिवाजीस,

सप्रेम आशीर्वाद.

छान अक्षरात आपलं मन ओतणारं तुझं पत्र मिळालं. किती आदरानं आणि विश्वासानं लिहिलंयस तू! वाचताना संकोच वाटला. मी काही मिळवलं असेल, तर माझ्या रसिक वाचकांचं आणि श्रोत्यांचं उदंड प्रेम! माझ्यासारखी सामान्य स्त्री जगाला फक्त प्रेम देऊ शकते – कृतीतून, उक्तीतून आणि तीच माझ्या लेखणीची भाषा आहे.

आणि हे बघ, असं पटकन कुणाला देवपण देऊ नये. फार अवघड आहे ती

वाट. नाहीतर एकदा का शेंदूर लागला की, माणसं 'माणूसपण' विसरतात. तू मला इतरांप्रमाणं 'गिरिजाताई' म्हण किंवा 'माई' म्हण. 'आई' म्हटलंस तर आवडेल, पण ते नातं आणखी अवघड. जन्मदाती आणि जन्मभूमी यांची सर आणखी कुणालाच येत नाही. आई ती आईच!

तू जन्मठेपेचा वाटेकरी कसा झालास? कळवशील? कुणाचं दुःख कुणी घेऊ शकत नाही. ज्याचे भोग त्यानंच भोगायचे असतात; पण कधी औरंगाबादला आले तर तुला भेटेन, बोलेन, अश्रूंमागचा 'तू' समजून घेईन.

एक सांगू शिवाजी, मला भेटल्यानंतर तुझा जगावरचा राग आपोआप शांत होईल. रडायचं तर नाहीच. तुझा सगळा राग, चीड, अश्रू कवितेनं आपल्या कवेत घेतलेत. दहा दिशांना पोहोचवलेत. केवढीतरी माणसं कौतुकाची फुलं घेऊन तुझ्यासाठी उभी राहिली!

जग चांगल्या माणसांनी समृद्ध आहे. फक्त ती माणसं आपल्याला भेटावी लागतात. खरं ना?

पत्र पाठव. सोबत 'आत्मझड'बद्दल चार शब्द. जपून राहा!

तुझी माय

गिरिजाताई

पत्र पोस्ट केलं आणि 'आत्मझड' घेऊन खुर्चीत विसावले.

रात्रौ अकरा वाजता –

अशा शांत वेळीच ही कविता वाचायला हवी. 'आत्मझड' ही कविता म्हणून मी वाचणारच नाही. त्यात शुद्धलेखनाच्या, भाषेच्या चुका असतील, प्रकाशकाची कारागिरी असेल, चित्रकारांचं कौशल्य असेल, पण त्यापल्याडही आणखी काहीतरी – जीवनकहाणी (भाष्य नव्हे), अनुभवांची ओंजळ, धगधगतं दुःख, आत्मक्लेश आणि कदाचित नैराश्यातून आलेलं आत्मसमर्थनही! एकाकीपणातली ही 'मनबोली' काही वेगळं दान देऊन जाईल. तिचंच नाव कविता!

आत्मझड –

सुरेख मुखपृष्ठ आणि मांडणी नजरेत भरते. 'साकेत'ची पुस्तकं नेहमीच आकर्षक असतात. चित्रकारानं कविमन जाणून चित्रं काढली आहेत.

शिवाजी वेडू साळुंके अनुभव व्यक्त करताना म्हणतो–

'जितक्या पैशात झाकतो आम्ही आमची शरीरे
तेवढ्या किमतीचे म्हणे त्यांचे रुमाल होते –'

आर्थिक ओढाताण, विवंचना याचे चटके ज्यानं अनुभवलेत, तोच कवी ही व्यथा अशा मोजक्या आणि नेमक्या शब्दांत मांडू शकतो. जगाचा दांभिकपणा,

व्यक्तिगत जीवनात भावनांना बसलेली ठोकर, यातून उफाळून आलेली चीड कवीला बंडखोरीची भाषा सुचवते –

'बाबांना कसं समजावून सांगू की....

'बाबा' तुमच्या आनंदवनातील महारोग्यांपेक्षा

इथले धडधाकट हात अधिक महारोगी असतात.'

शिवाजीचं हे धीट निरीक्षण थक्क व्हायला लावणारं आहे. तुरुंगातल्या अकरा वर्षांच्या एकान्तानं त्याला बोलकं केलंय. मनातल्या काळोखाला त्यानं शब्दांचा स्पर्श दिलाय. कुणालातरी त्याला हे आसुसून सांगायचंय. आपल्या पिंजलेल्या मनाचं यथार्थ दर्शन तो एका कवितेतून घडवतो –

'सभ्यपणाच्या बुरख्याआड

वावरणारी मानवी श्वापदे

काही... फक्त बाहेरच्याच जगात नसतात!

ती इथेही!

आतही!

चार भिंतींच्या आड

वेगवेगळी सोंगे घेऊन

बिनबोभाट वावरत असतात!

फरक फक्त इतकाच की,

बाहेरच्यांना 'उघडे' पडण्याची भीती असते!

इथल्यांना मात्र 'नागडे'पणाची क्षिती नसते!'

हे कटू सत्य वाचताना आपला श्वास गुदमरतो. भिंतीआडचं जग हा फक्त कुतूहलाचा विषय असतो, (भीतीचाही!) शिवाजी साळुंके यानं ही मुखवट्याची वस्त्रं टराटर फाडून एक वास्तव आपल्यासमोर मांडलं आहे.

मग विचार येतो, हे सर्व असंच आहे, असंच चालणार आहे, एवढंच कवीला मांडायचंय का? यापलीकडे काही चांगलं असू शकतं यावरचा त्याचा विश्वास उडालाय की ही त्याच्या विचारांची मर्यादा आहे? प्रकाशाची दारं त्यानं मिटवून टाकली आहेत का?

आणि शेवटच्या कवितेत भविष्यातलं एक आशादायी चित्र हाती येतं –

'आतातरी हे चित्र आपण

बदलायला हवे...

घेऊनि हाती परत कुंचला

चित्र नवे काढायला हवे...'

'आत्मझड'मधल्या शिवाजी साळुंकेचं हे काव्यशिल्प. त्याच्या मनोभावनांच्या

रेखान्‌रेखा सुस्पष्ट करणारं!

शिवाजी, तू लिहीत राहा. आणखी चांगलं, अधिक जाणकारीनं. आपल्या ऊर्मींना अभ्यासाची जोड दे. मनन-चिंतन याबरोबर वाचन आपल्या शब्दकळेला सौंदर्य प्राप्त करून देतं.

माझे तुला आशीर्वाद!

।।श्री।।

१७.३.२००५

चि. शिवा,

सप्रेम आशीर्वाद.

तुझं सविस्तर पत्र मिळालं. ते सविस्तर आहे, पण समाधानकारक नाही. मी 'वसुंधरा-आई' सत्कार स्वीकारायला पुण्याला गेले होते. महोत्सव सात दिवस होता. आठ मार्चला अध्यक्षीय स्थानावरून मी सत्कार स्वीकारला. तुला बरं वाटेल म्हणून कळवलं. एवढंच.

वेदनेची जाहिरात करू नयेच. तुझा काव्यसंग्रह ही जाहिरात आहे? वेदनेचाच उच्चार आहे ना? मी तुला तेच सांगतेय. तुला समजून घ्यायला मी तुझा शोध घेतेय. ही जाहिरात नव्हे. मनाची कवाडं उघडणं आहे. तू मला 'आई' मानतोस. त्याच अधिकारात मला तुझा सल जाणून घ्यायचा आहे.

शिवा, तू उत्तरं लिहिली आहेस ती पत्रकाराच्या भाषेत. मला घटनेमागचं सत्य हवं आहे.

खरंच 'असं' घडलं? की हा आरोप लादला गेला? मनाचा तोल जाऊन तुझ्या हातून 'हे कृत्य' घडलं असेल, तर केवढं दु:खदायक! एकच क्षण, पण जीवनाची दिशाच बदलून टाकतं. आपण 'माणसं' आहोत. चुका तर करतोच, पण अशा चुका घडण्यापूर्वी स्वत:च्या मनाला, 'मना सज्जना–' म्हणून सावध करायला हवं. आपण जीवसृष्टी निर्माण करू शकत नाही, तर तिचा विनाश करण्याचा नैतिक अधिकार आपल्याला नाही. भले की दुसरा माणूस चुकला असेल.

विचार कर, क्षमा आणि प्रेम ही दोन मोठी शस्त्रं आपल्या हातात आहेत. त्यातून आपण मोठे होत जातो आणि आपला शत्रू क्षुद्र होत जातो.

शिवा, प्लीज असं समजू नकोस की, मी तुला उपदेश करतेय. मी तुला समजून घेतेय. तुम्हा मुलांना समजून घेता घेता स्वत:लाही घडवतेय.

तुला 'झपूर्झा' दोन वेळा पाठवला. एकदा रजिस्टरने, एकदा साध्या पोस्टाने. आता पाठवायला अंकच नाही. पैठणला आले, तर कुणाची परवानगी काढून केव्हा भेटायचं कळव. सीझन कुठला बरा? मी औरंगाबादला पाच-सहा वेळा येऊन गेलेय. उन्हाळा मला मुळीच सोसत नाही. त्यातून या अपघातापासून (तुला कळवलं होतं ना? ऐन दिवाळीत मला कारचा अपघात झाला ते?) एकटी फिरू शकत नाही. अजून दोन महिने तरी पट्टा राहील.

तू कथा पाठव, पण शक्यतो त्यातलं शुद्धलेखन सुधारून. खूप चुका करतोस. सर्व अनुस्वार खाऊनच टाकतोस आणि कुठल्याही ललित कृतीवर संस्कार करता येत नाही. ती लेखकाची निर्मिती त्याच्या मनासकट वाचकांपर्यंत पोचवायची असते. मेकअप चेहऱ्याचा करता येतो; विचार आणि अभिव्यक्ती मूळ रूपातच देखणी किंवा सुमार असते.

प्रस्तावना लिहीन, पण खोटा मोठेपणा देणार नाही. ते माझ्या वृत्तीतच नाही. प्रा. रा. रं. बोराडे किंवा तुझे औरंगाबादचे प्रकाशक बाबा भांड यांच्याकडून शुद्धलेखन तपासून घे आणि मग पाठव. स्वत:ला जप. इतरांवर प्रेम कर. महात्माजी भिंतीवर नकोत, तसे उद्धृत करण्यापुरतेही नकोत. ते हृदयावर कोरलेले असू देत.

तुझी आई

'झपूर्झा', दिवाळी, २००४

■ ■ ■

‘आत्मझड’ या काव्यसंग्रहासंबंधी पत्र - उत्तर

राजकुमार गुप्ता – पत्र

राजकुमार गुप्ता
पैठण खुला तुरुंग
पो.एन.एन.साऊथ
ता.पैठण
जि.औरंगाबाद ४३१ १०८.

आदरणीय आई साहेबांना

त्यांच्या न बघितलेल्या मुलाचा (राजूचा) साष्टांग नमस्कार!

सर्वकाही कुशल आहे.

तुमचं २६/६ला लिहिलेलं ममतापूर्ण पत्र मला १/७ला मिळालं. तुमच्या आणि सुहास जोशींच्या संदर्भात एक लेख लोकसत्तामध्ये छापून आला होता. तो वाचताच मला तुम्हाला आणि जोशींना पत्र लिहायची इच्छा झाली होती. पण ते राहूनच गेलं. आमच्या साहित्यिक बंदी-मित्रांनी त्या लेखाच्या संदर्भात लेखकाला एक मोठ्यात मोठं पत्र लिहिलं होतं. सदरच्या लेखाचे लेखक बहुधा नगरचे होते; पण त्याला त्यांच्याकडून काहीच उत्तर आलं नाही. त्याच वेळी सुहासलासुद्धा साळुंकेने पत्र लिहिलं होतं. तसंच तुम्हालाही त्याचा ‘आत्मझड’ नावाचा काव्यसंग्रह रजिस्टर पोस्टाने पाठवला होता. त्याची पत्राद्वारे पोचपावती तर आली, पण

शिवाजी साळुंकेला त्या काव्यसंग्रहाबाबत तुमच्याकडून नि:पक्षपाती प्रतिक्रिया हवी होती; पण त्याला तुमच्याकडून वेगळं पत्र काही आलं नाही. तरी कृपा करून त्याला त्याच्या काव्यसंग्रहाबद्दल लिहा. तुम्हाला कळवायला मला आनंद होतो आहे की, त्याच्या 'आत्मझड' या काव्यसंग्रहाला राज्य सरकारचा पुरस्कार मिळाला. पुरस्कार वितरण समारंभ बहुतेक मुंबईत असेल. तेव्हा तुम्ही अवश्य यावं.

मी तुमच्याबरोबरच सुहासना जे पत्र लिहिलं होतं त्याचं उत्तर त्यांचे मित्र रामनाथ गुप्तांनी दिलं. त्यातून असं कळलं की, सुहासला लवकरच गोव्याच्या तुरुंगात पाठवणार आहेत. मी सुहासला नवा पत्ता कळवायला आणि पत्र लिहायला सांगितलं आहे.

आई, तुम्ही मला मुलगा म्हणून संबोधलं आणि माझं जीवन धन्य झालं. मी माझ्या जन्मदात्या आईला पाहिलंसुद्धा नाही. मी एक/दोन वर्षांचा असताना आई आणि दहा वर्षांचा असताना वडील सोडून गेले.

तुमचं प्रेम, माया, ममता आणि आशीर्वादांचा वर्षाव माझ्यावर आयुष्यभर होत राहावा हीच विनंती आहे. तुम्हाला वाचून आनंद वाटेल की, मी जरी हिंदी माध्यमातून सातवीपर्यंत शिकलो असलो तरी गेली पंधरा वर्षं तुरुंगात राहून मला मराठी भाषा चांगल्या प्रकारे वाचता आणि थोडीफार बोलता यायला लागली आहे; पण लिहू मात्र शकत नाही. तुरुंगातच मी मृत्युंजय, महानायक, वपूर्झा सकट हजारो मराठी पुस्तकं वाचली आहेत. तुरुंगात आल्यानंतर मला साहित्याविषयी रुची निर्माण झाली आणि असा अनुभव आला की, ज्याला वाचनाची आवड नाही, त्याचे जीवन जनावरांपेक्षासुद्धा निकृष्ट दर्जाचं असतं.

मी मात्र तुम्हाला याच्यापुढे हिंदीतूनच पत्र लिहीन. कारण मला माहीत आहे की, आपण हिंदी चांगल्या प्रकारे समजता, पण मला मात्र तुम्ही मराठीतून पत्र लिहा, कारण मला मराठी चांगल्या प्रकारे वाचता येतं.

आई, मी आणि माझ्यापेक्षा मोठा भाऊ विनोद दोघंही दिवाळीच्या आधी जन्मठेपेची शिक्षा भोगून आमच्या घरी जाऊ. आम्ही आधीसुद्धा खूप चांगले होतो. छोटा-मोठा व्यवसाय करून कुटुंबाचं पालनपोषण करत होतो आणि सुटल्यानंतरसुद्धा सत्याच्या रस्त्यावरून चालून स्वत:बरोबर कुटुंब आणि समाजाच्या भल्याकरता आपला प्रत्येक क्षण वेचू इच्छितो.

तुमचीच नव्हे, तर सर्वांची अशी इच्छा असते की, तुरुंगात गेलेला माणूस सुधारावा आणि बाहेर आल्यावर चांगल्या मार्गाला लागावा. खरं म्हणजे आई, तुरुंगात आलेले नव्वद टक्के लोक चांगल्या मार्गानेच चालणारे होते आणि तुरुंगासारख्या नरकात राहूनसुद्धा आपल्या मूळ स्वभावानुसार चांगलेच वागतात. एखाद्या क्षणिक भावनावेगात हत्येसारख्या घटना घडतात; पण असे क्षण तर

प्रत्येकाच्या जीवनात येतात. कोणी यातून सुटून जातो, तर कोणी त्या क्षणैक आवेशात तुरुंगात येऊन पोहोचतो. तसे बघायला गेलात, तर जे लोक इथे शिक्षा भोगत आहेत त्यांच्या हातून काही कारणाने हत्या घडलेली आहे, पण बाहेर असे अगणित गुन्हेगार वावरत असतात जे सगळं काही करतात, पण त्यांच्या गुन्ह्यांवर पांघरूण घातलं जातं. समाजाच्या स्वीकाराची गोष्ट जी आपण म्हणता तीही खरी नाही. कुटुंब, नातेवाईक, शेजारी सगळ्यांना सत्य ठाऊक असतं, म्हणूनच सर्वांचं प्रेम, सहानुभूती मिळते.

नाशिक जेलमध्ये रोज मी साक्षरतावर्गात पू. साने गुरुजींचं 'खरा तो एकची धर्म' हे भजन गात असे. साधारण वीस ते सत्तर वर्षांच्या शंभर आदिवासींसाठी आम्ही दोन-चार जणांनी जेलमध्ये साक्षरतावर्ग घ्यायला सुरुवात केली होती. त्यांना लिहा-वाचायला शिकवताना खूप आनंद मिळे. नाशिकच्या तुरुंगात ज्या खोलीत बसून पू. सानेगुरुजींनी 'श्यामची आई' लिहिलं ती खोली संग्रहालय झाली आहे. तिच्या स्वच्छतेची सारी जबाबदारी आमच्यावर होती. नाशिकच्या तुरुंगात मे ९६ मध्ये साने गुरुजी कथामालेच्या कार्यकर्त्यांनी तीन दिवसांचं शिबीर घेतलं होतं. त्या दरम्यान सानेगुरुजींबरोबर राहिलेल्या आदरणीय शिरूभाऊ, त्यांच्या पत्नी, यदुनाथजी थत्ते, राजाभाऊ मंगळवेढेकर, मधू नाशिककर, प्रकाश मोहाडीकर यांच्यासह शेकडो महापुरुषांची सेवा करण्याचं भाग्य लाभलं.

अजूनही मधू नाशिककर, मोहाडीकर, श्रीपाद तोंडवळकर वगैरेंची पत्रं येतात. बाहेरही त्यांची भेट होते. मधू नाशिककर तर एकदा त्यांच्या सासऱ्यांबरोबर सुट्टीत आमच्या घरी आले होते. मोहाडीकर जेव्हा तुरुंगात येत तेव्हा त्यांच्या झोळीत लपवून आमच्यासाठी खाऊ आणत. यदुनाथजी थत्तेसुद्धा स्वत: पत्र लिहीत असत.

मराठी भाषांतरकार, समीक्षक श्री. चंद्रकांत बांदिवडेकर यांचाही असाच परिचय झाला. एकदा ते भेटण्यासाठी नाशिक तुरुंगात आले होते. जन्मोजन्मीच्या नात्याप्रमाणे त्यांची ती भेट वाटली. त्यांच्याबरोबरही पत्रव्यवहार आणि दूरध्वनीवरून संपर्क होतो. अशा तऱ्हेने तुरुंगाने आम्हाला अमूल्य असं बरंच काही दिलं आहे.

आतातर तुम्ही मुलगा मानून आईची ममता दिलीत. मी त्यामुळे स्वत:ला जगातला सगळ्यात भाग्यशाली माणूस समजतो. 'मातोश्री' माझ्या जीवनाच्या माहितीच्या या दोन छायाप्रती पाठवत आहे.

आपला मुलगा या नात्याने आपल्या महत्त्वाच्या अशा दहा दिवसांचं दान मी मागत आहे. लवकरात लवकर दहा दिवस वेळ काढून विपश्यनेचा योग साधावा. ही एका मुलाची प्रार्थना समजावी.

बरंच दीर्घ पत्र तुम्हाला वाचायला लावलं, त्याबद्दल क्षमस्व आणि धन्यवाद!

आपल्या घरातल्या सगळ्या मोठ्या मंडळींना नमस्कार!

तुम्ही न बघितलेला तुमचा मुलगा, मानसपुत्र,

राज.

आमच्या घरचा पत्ता लिहून घेण्याची कृपा करावी.
राजकुमार गुप्ता,
१०५, साईशरण अपार्टमेंट,
जवाहर हॉटेलच्या समोर, फाखर लाईन,
उल्हासनगर ३, ठाणे ४२१ ००३.
फोन - ०२५१-२५४५७८९

न पाहिलेला हा माझा मुलगा! त्याचं पत्र हिंदीतून आलं. त्याचं मी भाषांतर करून घेतलं.

किती छान पत्र लिहिलंय यानं! कोण म्हणेल याला कैदी?

त्यानं आपली सर्व हकिकत घडली तशी लिहून पाठवली. त्याच्या पत्रातून लक्षात आलं, हा लवकर सुटणार आहे. त्याच्या चांगल्या वर्तणुकीमुळं त्याला सूट मिळणार आहे. मग मी वाट पाहत राहिले.

आणि एक दिवस एक लग्नपत्रिका आली. राजकुमारच्या कुटुंबातलं लग्न. सोबत पत्र. तो आणि त्याचा भाऊ कैदेतून सुटले होते. कुटुंबीयांनी दोघांना आनंदानं स्वीकारलं होतं. दोघांचा व्यवसाय आता ते पुन्हा जोमानं सुरू करणार होते. शेवटी त्यानं लिहिलं होतं, 'लग्नाला अवश्य या.'

लग्नाच्या थाटात, धावपळीत मला ओळख करून घ्यायची नव्हती. निवान्तपणे त्याची, घरच्या मंडळींची ओळख व्हायला हवी होती. मी, त्याची न भेटलेली आई, त्याला आयुष्यात प्रथमच भेटणार होते. त्याचं सुख डोळे भरून पाहून त्याला आशीर्वाद देणार होते. मग असं धबडग्यात कशाला जायचं?

मी तसं त्याला कळवलं. तो कदाचित नाराज झाला असावा. असू दे. भेटला की आनंदानं हसेल. तीच माझी मिळकत. आता तुरुंगातले दिवस इतिहासजमा झाले होते.

■ ■ ■

संतोष शिंदे

असे क्षण सुन्न करणारे –
'असे क्षण येती' - एका कलाविष्काराचा अनुभव

संतोष शिंदेचा फोन आला होता. अगदी अचानक –

"माई, माझं कार्ड मिळालं?"

"हो. कालच."

"तुम्ही येताय ना कार्यक्रमाला? महाराष्ट्रातल्या अनेक तुरुंगातले बंदी-कलाकार प्रथमच मुंबईत समाजासमोर येतायत. माझ्यासाठी फक्त तुम्हीच आहात. माझी कला बघा. मला आशीर्वाद द्या."

"अरे, पण मला आत कसं सोडतील?"

"मी पास घेतलाय तुमच्यासाठी. माझ्या मित्राच्या वडिलांचा फोन येईल. ते सांगतील. नक्की या. कार्यक्रमानंतर भेटा." त्यानं घाईत फोन ठेवला. त्याला बोलायला दोन मिनिटं दिली होती.

प्रश्न माझ्यापुढे होता. संतोष शिंदेचा माझा परिचय अलीकडचा. एक-दोन भेटीतला. पहिल्या भेटीत तो नुसताच माझं बोलणं ऐकत होता. दुसऱ्या वेळी गेले तेव्हा त्यानं पूर्ण केस उतरवले होते. नुकतंच त्याच्या वडिलांचं निधन झालं होतं. माझ्याजवळ बसला आणि ढसाढसा रडला. मी फक्त त्याच्या पाठीवर हात ठेवला. समजूत घातली. मृत्यूला उत्तर नसतं. फक्त शब्द सांडायचे.

आणि काल अचानक त्याचं कार्ड आलं. कार्यक्रमासंबंधी. आज एवढ्या घाईत

फोन आला. तरीही मन साशंक होतं. कडक पोलीसबंदोबस्त असणार. सगळ्या बंद्यांचे नातेवाईक. विचित्र दडपणाखाली कार्यक्रम होणार. पुन्हा मी एकटीच जाणार. पास केव्हा, कुठे मिळेल?

पुन्हा फोन वाजला.

''मी संतोष शिंदेच्या मित्राचा वडील. आपण संध्याकाळी साडे सहा वाजता रवींद्रवर या. मी तिकिटाच्या खिडकीजवळ उभा राहीन. मी तुम्हाला कराडच्या संमेलनात पाहिलंय. मी ओळखेन. आपण वेळेवर या.''

फोन बंद झाला. मोजके शब्द. मनावरचा ताण आणखी वाढला.

रवींद्र नाट्य मंदिरामध्ये मी अनेकदा गेले असेन, पण आजच्यासारखी विचित्र मन:स्थिती कधीच नव्हती. मी कार्यक्रमाला जाणार म्हणजे कुणाची कुणीतरी म्हणूनच. हा कार्यक्रम पासधारकांसाठीच होता. माझी ओळख काय म्हणून सांगायची?

कपाळावरचा घाम टिपत मी तिकिटाच्या खिडकीशी गेले. ''नमस्कार. या. हा तुमचा पास. तुमची बसण्याची व्यवस्था करून मी बाहेर जाईन.'' ते गृहस्थ समोर येत म्हणाले.

''आपण इथले व्यवस्थापक आहात?''

''नाही. माझ्या मुलानं यात काम केलंय.''

त्यांनी मान खाली घातली. रुमालानं चेहरा टिपला. हे गृहस्थ कुठल्यातरी कैद्याचे वडील, एवढंच माझ्या लक्षात आलं. अधिक विचारणं योग्य नव्हतं आणि ती वेळही नव्हती. ते झपझप पुढे झाले. मला एका आसनावर बसवलं.

''ही जागा फार मागे आहे. कुणाच्या लक्षात आलं, तर पुढे बसवतील. कार्यक्रम आटोपल्यावर आपण भेटू. मी तुम्हाला घरापर्यंत पोचवतो.''

''हो.'' आणखी काय बोलणार? त्यांचा चेहरा कावराबावरा दिसत होता.

मी बसल्या जागी सभोवार पाहत होते. नाट्यमंदिर गच्च भरलं होतं. पुढे सर्व अधिकारीवर्ग. नंतर खास निमंत्रित. मग पत्रकार आणि मागे बंदिजनांचे नातेवाईक.

ती गर्दी शब्द हरवलेल्यांची होती. कुणाला कुणाशी काही बोलायचं नव्हतं; काही सांगायचं-विचारायचं नव्हतं. सगळे शब्द घशातच थिजले होते. सगळ्या नजरा पडद्यावर – कुणाचा भाऊ, कुणाचा मुलगा, कुणाची बहीण... आज बंद दरवाजाबाहेर, नाट्यमंचावर, वेगळ्या भूमिकेत, तरीही पोलिसांच्या नजरकैदेत; अदृश्य कुंपणाआड.

'असे क्षण येती'चा कलाविष्कार! काय दाखवणार ही मुलं? दु:खाचे वळ? जुन्या सुखद आठवणी? की असे क्षण ज्यांनी आयुष्यच बदलून गेलं? होत्याचं नव्हतं झालं? फासे उलटे पडले आणि जगण्याचा खेळ संपला.

एखाद्या खुनाचा प्रसंग दाखवतील. त्यामुळे बंद्यांच्या भावनांचा विस्फोट नाही

होणार? आणि प्रेक्षकातल्या आई-वडिलांचं काय? बहीण-भावंडांचं काय? बायका-मुलांचं तरी काय होईल? हे जगण्याचं नाटक मरणाच्या यातना तर देऊन जाणार नाही? मी बसल्या जागीच ताठ झाले. डोकं गरम झालं. हात घामेजले. घशाला कोरड पडली.

"आपण गिरिजा कीर ना?" कुणीतरी प्रश्न केला.

"हो."

"मी इथली व्यवस्था पाहतोय. तुम्ही एवढ्या मागे का बसलात? बाकीचे नुसतेच बघणार आहेत. तुम्ही लिहिणार आहात. अशा पुढे येऊन बसा." मी दुसऱ्या रांगेत जाऊन बसले. 'ही कोण केस पिकलेली बाई?' अशा नजरेनं दोघी-तिघींनी माझ्याकडे पाहिलं. कुणीतरी त्यांना माझं नाव सांगितलं. आता त्यांचा चेहरा बदलला. 'काही लिहिणार आहात का?' आता त्यांना माझी ओळख करून घ्यायची होती, पण मी त्या मन:स्थितीत नव्हते.

तेवढ्यात कारागृह-महानिरीक्षक आल्याची वर्दी मिळाली. पोलिसांची, अधिकाऱ्यांची धावपळ. पत्रकारांत कुजबूज. साहेबांवर प्रकाशझोत. ते स्थानापन्न झाले आणि लगेचच संवादिनीनं, 'असे क्षण येती'ची घोषणा केली.

प्रेक्षागार स्तब्ध. शांत श्वास रोखलेले. नजरा स्थिर. पडदा बाजूला सरकल्याचा आवाज आणि एक-दोन क्षणातच पडद्याला टाळी. कल्पना येणार नाही अशा सुंदर नेपथ्यानं काळजाला स्पर्श केला होता.

जगाचं मोकळं अंगण आणि डाव्या हाताला तुरुंगाचा फील देणारे गज. त्या चौकोनी खिडकीमागे अनंत चेहरे, हात. आणि ते चेहरे आपल्यासमोर येतात. त्यांचं रोजचं जगणं, वागणं आपल्यापुढे उलगडत जातं. त्यांचे स्वभावविशेष, मनातली आंदोलनं, त्यांचे व्यवहार आपल्यापुढे एकेका दृश्यातून उलगडत जातात.

मी रंगमंचाकडे पाहते आणि प्रेक्षकातल्या 'त्या'च्या माणसांकडे. बहुतेक पुरुषच आहेत. बायका फारशा दिसतच नाहीत.

एकेक देखावा रंगतोय. किती आश्चर्य आहे! या मुलांना वर्तमान विसरून असं स्वप्नात रमता येतं? स्वत:च्या कलेचं अस्सल रूप दाखवता येतं? किती गुणी कलावंत आहेत हे!

संतोष शिंदेनं भूमिकेत असा रंग भरलाय की प्रत्यक्ष नाना पाटेकर मंचावर वावरतोय असं वाटावं. हसणं तेच, लकबही तीच. आवाज फक्त वेगळा. (नानाच्या आवाजाची नक्कल इतरांना जमणं महाकठीण!)

कार्यक्रम, भाषणं सर्व आटोपलं. मी व्यासपीठावर गेले. संतोषनं पायावर डोकं टेकलं. "या कोण तुझ्या?" एका अधिकाऱ्यांनी विचारलं.

"ही माझी माई!"

"माझ्याही मुलाला आशीर्वाद द्या –" ते मघाचे गृहस्थ पुढं होत म्हणाले. त्यांचा मुलगा विंगमधून बाहेर येत होता. बाप-लेकाची नजरानजर झाली. तो त्यांच्यासमोर आला. नमस्काराला वाकला. वडलांनी त्याला अलगद वर उठवलं. दोघांनी नुसतंच एकमेकांकडं पाहिलं आणि कडकडून मिठी मारली. वडील कोटाच्या बाहीला डोळे पुसत होते. मी तोंड फिरवलं. गुन्हेगार असला तरी पोटचा गोळा. त्यांना काय वाटत असेल ते त्यांनाच ठाऊक!

ध्वनिक्षेपकावर सूचना देणं सुरू होतं. आम्ही बाहेर पडलो. ते गृहस्थ, त्यांचा मित्र आणि मी. आम्ही टॅक्सीत बसलो. वांद्र्याच्या हायवेपर्यंत सगळे गप्पच. कुणीच काही बोलत नव्हतं. ही शांतता मन कुरतडणारी होती. शेवटी मीच विचारलं,

"आपण काय करता?"

"माझा बिझनेस आहे. तसं सगळं चांगलं आहे हो. मी सामाजिक कार्यही करतो. लोक मला मानतात आणि हे काहीतरीच घडून गेलं..."

रात्रीचे अकरा वाजून गेले होते. फ्लायओव्हरवर गार वारा जाणवत होता. पित्याचं मन कुठेतरी मोकळा श्वास घेऊ पाहत होतं. तो क्षण पकडत मी विचारलं, "अन्यायानं पकडलं का हो याला?"

"नाही. त्यानं गुन्हा केलाच आहे. समाजात माझं वजन आहे. शब्द टाकून शिक्षा कमी करू शकलो असतो; पण मुलीच्या आई-वडलांना पाहिलं, त्यांना काय झालं असेल हो!" त्यांचा आवाज खोल खोल जात होता. आता टॅक्सीवाल्याचे कान आमच्या संवादाकडे लागले. तशी त्यांच्या मित्रानं टॅक्सीवाल्याला गप्पात रंगवलं. मी हळू आवाजात विचारलं, "नक्की काय झालं?"

"माझ्या मुलाचं चार वर्षांपूर्वी लग्न झालं. मुलगी चांगली होती. चांगल्या घराण्यातली. ती माणसंपण सुशिक्षित. याचा सुखाचा संसार चालला होता. सूनबाईला दिवस गेले. बाळंतपणाला माहेरी गेली आणि याचं इकडं एका मुलीशी सूत जमलं. ही माहेरून बाळ घेऊन आली, तर याचं लक्ष कुठे घरात?

"आता त्या मुलीनं लग्नाचा तगादा लावला. मग यानं मित्रांबरोबर कट रचला. संध्याकाळचे फिरायला गेले. हा पुढे गाडी चालवायला बसला. दोघं मित्र मागे. त्यांनी मागून मोठा स्कार्फ तिच्या मानेभोवती आवळला. ओरडू नये म्हणून तोंडात बोळा कोंबला आणि संपलं की हो सगळं! बिचारी तडफडून गेली असेल. मी कुठच्या तोंडानं याच्यासाठी रदबदली करू? यानं सरळ खूनच केला हो!" आणि तो एवढा मोठा पुरुष ढसढसून रडायला लागला. रात्रीच्या विचित्र शांततेत ते रडणं मनाचा थरकाप उडवून गेलं. इकडे मुलाची माया आणि दुसऱ्या बाजूनं त्यानं केलेला भयंकर गुन्हा! तरुण वयात आपलं पोर मागे ठेवून आयुष्यातून उठून

गेलेली सून, तिच्या आई-वडलांचा आकांत, आईविना पोरकी झालेली नात किती कितीतरी गोष्टी त्या हुंदक्यांतून जाणवत होत्या. आता हायवेचा भन्नाट वारा आणि गडद काळोख, नीरव शांततेला तडा देत जाणरं पित्याचं थिजलेलं दुःख आणि टॅक्सीची गती... बाकी आम्ही तीन दगडी पुतळे. काय नि कशी समजूत काढायची? कुठल्या शब्दांत?

टॅक्सी थांबली. ते गृहस्थ गदगदलेल्या स्वरात म्हणाले, "माझ्याही मुलाच्या 'माई' व्हा. आता तो खूप बदललाय. त्याला पश्चात्ताप होतोय." मी एव्हाना सावरले होते. त्यांना म्हणाले, "त्याला मला पत्र टाकायला सांगा. त्याच्या तोंडून मला ऐकायचंय. चुकीची कबुली त्याला देऊ दे. मी जरूर त्याला भेटायला कोल्हापूरला जाईन. तुम्हाला कळवेन."

टॅक्सी अंधारात दिसेनाशी झाली. आजवर त्या मुलाचं पत्र आलं नाही.

मात्र संतोष शिंदेचं पत्र आलं. मला भेटायला तो फार उत्सुक होता. टाळ्या, वर्तमानपत्रातली प्रसिद्धी, वरिष्ठांची प्रशस्ती हे सगळं महत्त्वाचं होतंच, पण त्याला माईकडून कौतुकाचे शब्द हवे होते. तो पत्रात म्हणतो -

।।श्री।।

दिनांक १.२.२००६

तीर्थरूप माईस,

संतोष अ. शिंदेचा श्रीसाष्टांग दंडवत. पत्र मिळाले व वाचून खूप आनंद झाला. आनंद दोन गोष्टींमुळे झाला. एक म्हणजे आपण कार्यक्रमाबद्दल स्तुती केली आणि मी परीक्षेत पास झाल्याबद्दल आपण मला बक्षीस आणणार हे वाचून व दुसरे आपण माझ्या शुद्धलेखनातील उणिवा आणि मी नाना पाटेकरची कॉपी करू नये असा जो सल्ला (संदेश) दिलात त्याबद्दल.

माई, आपण माझी भाषा व शुद्धलेखन सुधारण्यासाठी जी शक्य होतील ती सर्व पुस्तके आणा. मी खरोखरच त्यांचा वापर करीन व भविष्यात लिखाणात चुका होऊ नयेत, याची काळजी घेईन. आपण आपल्या पत्रात लिहिले आहे की, इंग्लिश-मराठी डिक्शनरी, शुद्धलेखन, व्याकरण, भाषाशुद्धी यावर काही पुस्तके आणू का? तर याबाबत मी थोडा नाराज झालो, तो यासाठी की, आपण माझी परवानगी का मागितली?

माई, आपण म्हणजे मला आईसमान आहात. त्यामुळे आपण मला अधिकारवाणने म्हटले पाहिजे की 'संतोष, तुझे लिखाण खराब आहे. तू ही पुस्तके वाच आणि शुद्ध लिहायला शीक.' मला खूप आवडले असते.

तसेच माझ्या अभिनयात नाना पाटेकरची छाप वाटते ती वाटू नये यासाठी

स्टेजवर मी, म्हणजे 'संतोष शिंदे'च दिसावा यासाठी जरूर प्रयत्न करेन.

माई, मी या वर्षी डबल M.A. झालो; तेही दोन वेगवेगळ्या विद्यापीठांतून. त्याच्या गुणपत्रिका सोबत जोडून पाठवीत आहे.

आपले जळगावातील कथाकथन निश्चितच सुंदर झाले असेल. तसेच आपला महिला-मेळावाही यशस्वी होवो हीच परमेश्वराकडे प्रार्थना करतो. या धावपळीत तब्येतीची काळजी घेणे. मी सध्या पूर्णपणे बरा व ठणठणीत आहे. पत्र पूर्ण करतो व माझ्या बक्षिसाची वाट पाहतो. इकडे कितीही पुस्तके आणायला काहीच अडचण नाही. साहेब चांगले आहेत. मी शिक्षण घेत असल्यामुळे मला पुस्तके किंवा डिक्शनरी देण्यास काहीच अडचण येणार नाही. पत्र अनेक शुद्धलेखनाच्या, व्याकरणाच्या चुकांसहित लिहिले आहे. चुकल्यास क्षमा करणे.

तरी उत्तर जरूर देणे. वाट पाहत आहे.

कळावे,

आपला मुलासमान
संतोष अ. शिंदे

मी भेटायला आल्याची बातमी पोचली आणि मुलं गांधी यार्डाकडे धावली. जगदीश धुमाळ, संजय कांबळे, कुमार शिंदे ही जवळची, परिचयातली, तर प्रशांत आहेर नवा होता. वसंत बंदावणे तर कावऱ्याबावऱ्या नजरेनं पाहत होता.

मी दगडी चौथऱ्यावर बसले होते. तोच हा ऐतिहासिक चौथरा! मध्ये पाच फांद्यांचं आंब्याचं झाड. याच झाडाखाली बसून महात्माजी आणि बाबासाहेब आंबेडकर यांच्यात 'पुणे करार' झाला. मी हळूच त्या दगडांवरून हात फिरवला.

मुलं आली आणि पायावर डोकं टेकून सभोवार बसली. मी आधी संतोषचं पोटभर कौतुक केलं. मग विचारलं, "संतोष, तू एका पत्रात लिहिलं होतंस, मला बरे-वाईट बरेच अनुभव आले. इथंही वाईट अनुभव येतात?"

सगळे चुपचाप.

"अरे बोल ना! आम्हाला काहीच माहीत नसतं."

"माई, एक अनुभव सांगतो – माझा M.A.चा शेवटचा पेपर होता, सोशिऑलॉजीचा. कपड्यांना इस्त्री मारत होतो. तेवढ्यात शिपायानं गडबड सुरू केली. मी परीक्षेच्या मूडमध्ये. जाम वैतागलो. मग आमची बाचाबाची झाली. त्यानं माझ्याबद्दल तक्रार केली. चूक त्याची होती; पण मला अति सुरक्षा विभागात टाकलं. एका महिन्यानी रत्नागिरी जेलला टाकलं. माई, तुम्हाला कल्पना येणार नाही. तो जेल म्हणजे अंधारकोठडी! पूर्ण एकांत. माणसांची चाहूलच नाही. दीड वर्ष तिथं अशी काढली; माझं मनच वैरी झालं. भीती, भीती... माणसांची भीती,

आवाजाची भीती, उजेडाची भीती... जगाशी संपर्कच नाही. आपण जिवंत आहोत म्हणजे काय हेच कळायचं नाही. यात माणूस ढासळून जातो... संपतोच! ती भीती अजून गेली नाही. कधी झोपेतून दचकून उठतो. वाटतं, इथं आपण एकटेच आहोत. माणसांपासून दूर...'' त्याच्या डोळ्यांना धार लागली. मी मायेनं त्याच्या पाठीवर हात ठेवला. ''संतोष, तुझ्या चुकीची शिक्षा तू पुरेपूर भोगलीस. आता तू एकटा नाहीस. परवाचं तुझं काम खूप छान झालं. मी ही सुरेख डिक्शनरी आणलीये. साहेबांच्या हातून तुला द्यायचीये. त्यांनाही कळेल ना, आपली मुलं किती गुणी आहेत ते!''

आता मला संतोषच्या गुन्ह्याचं स्वरूप समजून घ्यायचं होतं. खून तर केलाच होता, पण का? कुणाचा? घरची माहिती हवी होती. हे सर्व समजून घेऊन मला त्याच्यावर संस्कार करायचे होते. मनावर ताबा ठेवायला सांगायचं होतं. जगाचं चांगुलपण दाखवून द्यायचं होतं. जगण्यावरचा विश्वास वाढवायचा होता.

मुंबईला आल्याबरोबर मी त्याला सविस्तर पत्र टाकलं. पुढच्याच आठवड्यात त्याचं उत्तर आलं –

।।श्री।।

''...माझे नाव संतोष अर्जुन शिंदे. माझा जन्म सर्वसाधारण मध्यमवर्गीय कुटुंबात झाला. माझे वडील ॲम्युन्युशन फॅक्टरी खडकी, पुणे-३ येथे क्लार्क म्हणून सर्व्हिसला होते. त्यामुळे माझे बालपण रेंजहिल्स येथील ॲम्यु.फॅक्टरीच्या सर्व्हंट क्वॉर्टर्समध्ये गेले. तसे आम्ही मूळ पुणे जिल्ह्यातीलच आहोत.

आई अशिक्षित. वडील जुनी मॅट्रिकपर्यंत शिकलेले. घरी मी सोडता दोन भाऊ व एक बहीण. सर्व माझ्यापेक्षा मोठे. मी भावंडांत सर्वांत शेवटचा. शालेय शिक्षण फॅक्टरीच्या शाळेतूनच मराठी माध्यमातून झाले.

शालेय शिक्षण घेत असतानाच चुलत भाऊ अभिनव शिंदे याच्यामुळे नाटकात छोटी मोठी कामे करू लागलो. अगदी बालनाट्यापासून वयाच्या सोळाव्या वर्षी महाराष्ट्र राज्य कामगार कल्याण मंडळाच्या बालनाट्य स्पर्धेत 'पाखरांना पंख हवेत' हे सामाजिक बालनाट्य सादर केले. त्याचे दिग्दर्शन मी केले होते. त्यास आठ बक्षिसं मिळाली. दिग्दर्शनाचे पहिले बक्षीस मला मिळाले. त्याच दरम्यान कांती थिएटर्स, संघर्ष थिएटर्स व दलित रंगभूमी पुणे या संस्थांच्या अनेक नाटकांतून अभिनय केला. (तीन अंकी नाटक, दोन अंकी व एकांकिका तर भरपूर!)

त्यानंतर मी अकरावीकरिता प्रवेश घेतला. परंतु त्या वेळी वडिलांनी टिंगरे नगर, पुणे येथे स्वत:चे घर बांधल्याने आम्ही साधारणत: १९९२ साली गव्हर्नमेंट

क्वार्टर्स मधून स्वत:च्या घरात, पण दुसऱ्या एरियात रहावयास आलो. मी घरापासून जवळच्या आंबेडकर कॉलेजला आर्ट्ससाठी प्रवेश घेतला. आर्ट्स घेण्यामागचा उद्देश एवढाच होता की, मला नाटक व सिनेक्षेत्रात करिअर करायचे होते व त्यासाठी मी नंतर नॅशनल स्कूल ऑफ ड्रामाला ॲडमिशन घेणार होतो किंवा तशी इच्छा होती. आंबेडकर कॉलेजमधूनही भरपूर कार्यक्रम केले. सोशल्स, पुरुषोत्तम करंडक अक्षरश: गाजविले.

परंतु आम्ही टिंगरे नगरला राहायला गेल्यामुळे माझा माझ्या आधीच्या नाटकांच्या ग्रुपशी जास्त संपर्क येईनासा झाला. त्यातच टिंगरे नगर म्हणजे नवीन डेव्हलप्ड एरिया, त्यामुळे तिथे जास्त घरे (वस्ती) नव्हती. वेळ घालविण्यासाठी मी जवळच असणाऱ्या विश्रांतवाडी भागात जाऊ लागलो. तिथे माझे काही नातेवाईक (चुलते) राहावयास होते. त्यांची मुले माझ्या वयाची होती. त्यामुळे मी त्यांच्यात रमू लागलो. नाटकाचा ग्रुप सुटला. त्याच दरम्यान नातेवाइकांच्या घराजवळच राहणाऱ्या सुनीता गिरजू ससाणे या मुलीशी माझी ओळख झाली. ती त्या वेळी वाडिया कॉलेजमध्ये एम.कॉम करत होती. वयाने माझ्यापेक्षा पाच वर्षांनी मोठी होती. मी त्या वेळी बारावीची परीक्षा देत होतो. ओळखीचे रूपांतर प्रेमात कधी झाले ते समजलेच नाही. सुनीता व तिची आई अशा दोघीच राहायच्या. सुनीताची आई ॲम्युन्युशन फॅक्टरीत अनुकंपाखाली नोकरीस होती. त्यामुळे सुनीता बऱ्याचदा एकटीच घरी असे. मी तिच्या घरी जाई. कालांतराने विश्रांतवाडीतील सर्वांना आमच्या संबंधाची कुणकुण लागली. (विश्रांतवाडी ही काहीशी झोपडपट्टी टाईपची वस्ती आहे.) व तेथील काही आजूबाजूच्या मंडळींनी आमच्या संबंधात अडचण निर्माण करण्याचा प्रयत्न केला. मला तिच्याविरुद्ध व तिला माझ्याविरुद्ध भडकविण्यास सुरुवात केली व त्यातूनच आमच्या दोघांच्यात सतत भांडणं होऊ लागली.

दि. २ फेब्रुवारी १९९३ला संध्याकाळी सुनीताचे व माझे तिच्या घराजवळ भांडण झाले व तिच्या आजूबाजूच्या लोकांनी तिच्या आईला व तिला भरीस घालून माझ्याविरुद्ध पोलिसांत तक्रार नोंदविण्यास सांगितले. भांडण झाल्यावर मी घरी गेलो नव्हतो. त्यामुळे पोलीस माझ्या घरी जाऊन वडिलांनाच चौकीत घेऊन आले. तिथे सुनिताच्या आईने व पोलिसांनी माझ्या वडिलांना खूप जोराजोरात शिवीगाळ केली. मी एका दुकानाच्या आडून ते सर्व पाहत होतो. त्यामुळे माझे डोके फिरले व हे सर्व सुनीतामुळेच घडले, तेव्हा तिला काहीतरी अद्दल घडवायची या उद्देशाने मी एका मित्राच्या घरी गेलो व त्याच्याकडे हत्याराची (चाकूची) मागणी केली. त्यानेही न विचारता मला चाकू दिला. तो घेऊन मी सुनीताच्या घरी जाण्याच्या रस्त्यावर अंधारात लपून राहिलो व पोलीस चौकीतून घरी परतताना त्या अंधारात सुनीताच्या पाठीत (चाकूने) वार केले व पळून गेलो. त्यानंतर मी सात ते आठ

दिवस इकडे तिकडे सैरभैर भटकत होतो. याच दरम्यान सुनीताचे निधन झाल्याचे समजले. त्यामुळे मीही टीक-२० घेऊन आत्महत्येचा प्रयत्न केला. त्यानंतर पोलिसांनी मला माझ्या मावशीच्या घरून दि. १३.२.१९९३ ला अटक केली व माझ्यावर भा.द.वी.३०२ अन्वये विश्रांतवाडी पोलीस-स्टेशनने गुन्हा दाखल केला. सदर खटला पुणे सत्र न्यायालयात चालविण्यात येऊन त्यात न्यायालयाने दि. २३.३.१९९४ रोजी मला जन्मठेपेची शिक्षा सुनावली.

माझ्याकडून झालेला गुन्हा, तसेच मी कारागृहात बंदिस्त असल्यामुळे वडील-आई दोघेही खचून गेले. कारण संपूर्ण घराण्यात मीच पहिल्यांदा जेलध्ये गेलो. वडील नोकरी करून थोडेफार समाजकार्यही करायचे. त्यांना तर मोठाच धक्का बसला व त्यातच त्यांचे फेब्रुवारी १९९५ मध्ये निधन झाले. आईलाही उच्च रक्तदाबाचा आजार जडला.

शिक्षा लागल्यानंतर मी सैरभैर झालो होतो. त्यातच वडिलांच्या निधनाने आणखीनच खचलो; परंतु त्याचबरोबर विचारात, आचारात सौम्यपणा आला. (आधी मी खूपच खोडकर व तापट होतो. शाळेत तसेच महाविद्यालयात आभ्यासात साधारण विद्यार्थी होतो. बॅक बेंचर) शिक्षा लागल्यानंतर १९९४ पासूनच मी बारावीनंतरचे शिक्षण पूर्ण करण्यास सुरुवात केली. आता संपूर्ण लक्ष हायकोर्टाकडे होते. वाटत होते की, हायकोर्टातून सुटू. आपला खून करण्याचा हेतू नव्हता. त्यामुळे शिक्षा तरी कमी होईल, परंतु तसे काहीच झाले नाही. हायकोर्टाने माझी जन्मठेपेची शिक्षा तशीच कायम ठेवली. माझ्यावर त्याचे प्रचंड मानसिक दडपण आले. माझे मानसिक संतुलन ढळले. मी अबोल व स्तब्ध झालो. त्यातून मानसोपचारतज्ज्ञाच्या सल्ल्याने 'विपश्यना' केली व पुन्हा माणसांत आलो.

कारागृहात १९९४ पासून मी चार विषयांत बी.ए. केले (समाजशास्त्र, राज्यशास्त्र, इतिहास व इंग्रजी). हे सर्व शिक्षण टिळक महाराष्ट्र मुक्त विद्यापीठातून घेतले. त्यानंतर डी.टी.पी. हा संगणकाचा डिप्लोमा पूर्ण केला व त्यानंतर पुणे विद्यापीठ व टिळक म. विद्यापीठ या दोन्हींतून M.A. समाजशास्त्र पूर्ण केले.

तसेच कारागृहात आल्यानंतर पुन्हा येथील सांस्कृतिक कार्यक्रमात सहभागी होऊ लागलो व १९९४ पासून आजपर्यंत अनेक एकांकिका बसविल्या व त्यात अभिनयही केला. नावे आठवतात तेवढी लिहून देतो. १. लोकसभा-९४, २. कॉल यमाचा ३. फुटपाथ ४. ट्रक ५. अंधेरनगरी ६. यमराज संपावर जातात ७. देव तारी त्याला ८. शांतता कोर्ट चालू आहे ९. गण गवळण १०. लावण्या ११. हेल्मेटसक्ती १२. आपण यांना पाहिलंत का? व १३. असे क्षण येती.

माई, सुनीतावर माझं खूप प्रेम होतं. माझ्या हातून तिचा घात कसा झाला हे अजूनही समजत नाही. त्या वेळी मी राग कंट्रोल केला असता तर आज कारागृहात नसतो.

माई, आयुष्यात मी जी पहिली कविता जेलमध्ये लिहिली ती खालीलप्रमाणे होती–

कवितेचं नाव – 'उद्ध्वस्त प्रेम'

सुसाट वारा जीवनात आला नसता तर
निष्पाप मनाचा घात झाला नसता तर!
तारुण्य हे तुझे-माझे किती सुखात असते मग
संदेश दोघांच्या मनाचा किती जुळला असता मग!!
तो प्रसंग निसर्गालाच पाहावला नसेल कदाचित्
षड्यंत्र दोघांच्यात रचायचे असेल कदाचित्!!!
प्रेम आपुले हे पाहवले नसेल त्याला
म्हणून मनात नसतानाही घात तुझा झाला!!!!

माई, असा माझा एकंदरीत जीवनप्रवास आहे. यातील सर्व, म्हणजे अक्षरन्अक्षर सत्य आहे.''

पत्र वाचून मी अवाक झाले. आपल्या प्रिय व्यक्तीला त्यानं संपवून टाकलं होतं. रागाच्या आवेगात मनावरचा ताबा सुटला होता. मी त्याला पत्र टाकलं – 'संतोष, परवा एक कविता वाचली. खूप आवडली. तुला कशी वाटते ते कळव –

...“one angry moment often does
what we repent for years
It works the wrong
we never make right
by sorrow or by tears”....(2)
...“Ever remember in the youth,
that he who firmly tries
to conquer and to rule himself
is nobel, brave and wise.”(4)

मी त्याच्या उत्तराची वाट पाहतेय.

'सावली', (ह्यूस्टन)
गणपती, २००६

∎∎∎

वसंत बंदावणे

येरवड्यातले पाच तास

२.८.२००६. दुपारी बरोबर बारा वाजता येरवडा जेलच्या भव्य दाराशी पोचले. नेहमीप्रमाणे दारात चौकशी, परवानगी-पत्राची तपासणी, पर्सची पाहणी वगैरे सोपस्कार झाले. आधी परवानगी काढल्याने दहाच मिनिटांत गांधी यार्डात मला नेलं. साफसफाई, टेबल-खुर्च्या मांडणं वगैरे चालू होतं. मला इथं आवडतं.

समोर महात्माजींचा पुतळा. मागे 'पुणे करार'चं स्मारक. ही जागा कशी पवित्र वाटते. आंब्याचा भला थोरला वृक्ष आपल्या शाखांचे बाहू पसरून कसा निवांत टेकलाय. त्याच्या दाट सावलीत, वाऱ्याची झुळूक अंगावर घेत मी चौथऱ्यावर टेकले. मुलं भोवतीनं बसली. या खेपेला सोबत पत्रकार शशीकांत परदेशी होता. आमच्या या गाठी-भेटीत त्याला रस आहे.

आज कोण कोण आलंय ते निरखत होते. आज वसंत बंदावणे (सर) बरोबर एक नवा चेहरा होता. तो आला होता खरा, पण 'ही काय बोलतेय बघू!' अशा परीक्षकाच्या भूमिकेत बसला होता. भीती, निराशा, उदासीनता काही काही दिसत नव्हतं. एखादा खेळ पाहावा अशा बेफिकीर उत्सुकतेनं तो ऐकत होता. मी त्याच्याकडे रोखून पाहिलं. त्यालाही ते जाणवलं असावं. वर्गातल्या शिक्षिकेकडं कॉलेजची मुलं ज्या पद्धतीनं पाहतात तशी त्याची नजर होती.

गोरा, घारा, तीक्ष्ण नजर. शिकलेला असावा. चांगल्या घरातून आला असावा. हा गुन्हेगार तर होताच, कारण त्याच्या अंगावर कैद्याचे कपडे होते. ''नाव काय

रे तुझं?'' मी उत्सुकतेनं विचारलं. ''नाव...?'' त्यानं किंचित खांदे उडवले. नाव कळून काय फरक पडणाराय, असं त्याला म्हणायचं असावं. गेल्या आठ वर्षांत मी इथली मुलं समजून घेतलीयेत. त्यांचं मन उकललंय. हे थोडं अवघड प्रमेय असावं. पण माझी भूमिका कधीच कार्यकर्तीची नव्हती. आईची होती. मी हळुवारपणे म्हटलं, ''अरे, मला तुझं नाव सांग. मला तुझी ओळख करून घ्यायचीये. तुझी माहिती सांग.''

''मी नीलेश जोशी. माहिती...? माहिती मलाच ठाऊक नाही.''

''म्हणजे रे काय? तू काय शिकलास? इथं कसा आलास?''

''एम.बी.ए. (फायनान्स) झालो. एका कंपनीत नोकरीला होतो. त्यानंतर'' तो उडवाउडवीचं बोलत होता. मी पुन्हा नेटानं म्हणाले, ''काय केलंस तू?''

''ते मलाच ठाऊक नाही. मी गुन्हा केलेला नाही तरी शिक्षा भोगतोय.''

''मला सांग तरी!''

''सांगून काय होणार आहे? बाहेर जाऊन तरी काय घडणार आहे?'' त्याचा आवाज चढत होता.

''घरी कोण कोण आहे?'' मी विषय थोडा बदलला.

कुणीच नाही. आई होती, ती गेली. वडील गेले. एक भाऊ आहे. तो कुठं आहे हे मलाच ठाऊक नाही.

''मी इथं सुखात आहे. हे मित्र आहेत. ही प्रामाणिक माणसं आहेत. गुन्हा केला असेल तर 'मी केलाय' म्हणून खरंतरी सांगतात. अपराध कबूल करतात. बाहेरच्यांसारखी खोटी, लबाड नाहीत.

''इथून मी बाहेर गेलो तर कोण आह? कोण आहे माझी वाट पाहणारं?''

त्याच्या आवाजात चीड होती, त्वेष होता आणि एक व्यथेची किनारही. त्या तरुणाच्या डोळ्यांकडे बघता बघता मला आतूनच कढ आला. मी चटकन बोलून गेले, ''मी आहे रे! नीलेश, तू सुटून आलास तर आनंद वाटेल अशी मी एक म्हातारी आहे. मी तुझी आई नाही होऊ शकत, पण माया करणारी, तुला समजून घेणारी एक वडीलधारी बाई.

''जग चांगल्या माणसांचंही आहे यावर विश्वास ठेव. तू अजून लहान आहेस. अजून खूप पाहायचं आहे, समजून घ्यायचं आहे. असा कडवट बोलू नकोस.'' तो गप्प झाला. माझ्याकडे पाहत राहिला. सर्वांसमोर मला त्याचा कबुलीजबाब नको होता, पण सल हळुवारपणे उकलायचा होता. ''मला पत्र पाठवशील? अगदी मोकळ्या मनानं लिही. जे जे साठवून ठेवलंयस ना, त्याला मोकळं कर. मी तुझ्या पत्राची वाट बघते. लिहिशील ना?'' आणि तो छान हसला. माझ्या शब्दांतली कळकळ त्याला जाणवली.

वसंत बंदावणेची तर याआधीच दोन पत्रं आली होती. ती सुरेख अक्षरातली नेटकी पत्रं माझ्या स्मरणात होती. ''वसंत, तुमच्या दोघांकडून मला सविस्तर पत्रं हवी आहेत.'' मग मी इतरांशी बोलत राहिले.

''माई, याला ओळखलंत?'' संतोष शिंदेनं विचारलं.

''चेहरा ओळखला. कुठं बरं पाहिलंय?''

''रवीन्द्र नाट्य मंदिरच्या कार्यक्रमात. पूरग्रस्ताचं काम केलेला – मोहम्मद जरार खान.''

''अरे हो, आठवलं तर! अरे खानसाहेब, आज काही ऐकव ना रे! त्या दिवशीची तुझी कव्वाली मला अजून आठवते.'' खान एकदम खुलला. सर्वांनीच माझं म्हणणं उचलून धरलं. त्यानं किंचित स्वत:शीच विचार केला. जागेवरच सावरून बसला. म्हणाला, ''माई, तुमच्यासाठी म्हणतो. ऐका –''

आणि क्षणभरात तुरुंगाचं वातावरण बदलून गेलं. आम्ही गजाआड नव्हतोच. आम्रवृक्षाच्या छायेत कव्वालीची एक झकास बैठक जमली होती. ऊन ढगाआड गेलं होतं. वाऱ्याची झुळूक आपल्यासोबत खानचे शब्दही दहा दिशांना पोचवत होती.

''व्वा! बहोत खूब! खान, मला हे लिहून पाठवायचं.''

''माई, तुम्ही मुंबईला पोचण्यापूर्वी माझी कव्वाली तुमच्या टेबलावर असेल.''

''तुम्ही सगळी किती चांगली मुलं आहात! कलावंत आहात.'' माझा तो मूड ओळखून नीलेश म्हणाला, ''माई, आमचा उद्या एक कार्यक्रम आहे.''

''कसला रे?''

''कधी काव्यस्पर्धा घेतो, कधी कथावाचन, कधी समुपदेशन. मुलं भाग घेतात.'' वसंता माहिती देत होता. ''साधारण दोनशे ते अडीचशे मुलं असतात, पण ती जन्मठेपेची नव्हेत. अशी इकडे-तिकडे हिंडणारी, रेल्वेस्टेशनवरची, रस्त्यावरची पकडून आणलेली. त्यांच्यासाठी आम्ही कार्यक्रम घेतो. आमचे धोंगडेसाहेब पाठीशी आहेत. ते स्वत: कवी आहेत.''

''माई, तुम्ही मुलांना तुमचे अनुभव सांगाल? कथाकथन कराल आमच्यासाठी?'' मी आश्चर्यानं बघायला लागले. हाच तो मघाचा नीलेश? चिडलेला; स्वत:वर, जगावर! चढ्या आवाजात बोलणारा. हाच तो?

आजच्या माझ्या फेरीचं सार्थक झालं होतं. वसंत आणि नीलेश ही दोन तरुण मुलं मला मिळाली होती. त्या दोघांना त्यांची माई मिळाली होती. मला ही संधी फुकट घालवायची नव्हती. आम्ही तिघं धोंगडे साहेबांकडे गेलो आणि परवाचा कार्यक्रम मी निश्चित केला. धोंगडेसाहेबांनी आधी काव्यवाचन करायचं, मग मी एक कथा सांगायची, मग त्यांनी पुन्हा दोन कविता वाचायच्या आणि मी एक अनुभव

सांगायचा असं ठरलं. मी निरोप घेऊन केबिनबाहेर आले.

नीलेशनं माझी पिशवी हातात घेतली. दारापर्यंत आला. ''बरं रे, येते.'' त्यानं मला चटकन वाकून नमस्कार केला. ''आम्ही वाट बघतो. या.''

मी बाहेर पडले. दरवाजा बंद झाला. मी रिक्षा पकडली. आरामात टेकले. आज मला ऊन जाणवतच नव्हतं. 'कोण आहे माझी वाट बघणारं?' असं त्वेषानं म्हणणारा नीलेश मला म्हणत होता, ''माई, आम्ही वाट बघतो.''

रिक्षाच्या गतीबरोबर नीलेशचा हसरा चेहरा मला आठवत होता आणि सोबत होती खानची प्रसन्न कव्वाली!

■ ■ ■

नीलेश जोशी

निवेदन – पत्रं - उत्तरं

चार तारखेला साडे तीन वाजता मी आत प्रवेश केला आणि माझी वाट पाहत बसलेला नीलेश हातातली पिशवी घ्यायला पुढे झाला. "आधी धोंगडे साहेबांकडे जाऊ या. कार्यक्रम चार वाजता सुरू करू."

आम्ही गांधी यार्ड ओलांडून पुढे आलो. बाहेरच्या लोकांना इथं प्रवेश नसतो. मुळात गांधी यार्डात प्रवेश मिळवायलाच मला खटाटोप करावा लागला होता. आता वसंता आणि नीलेशमुळं मी गाभ्यात शिरत होते.

स्वरूप तसं बकालच वाटत होतं. इथं-तिथं कपडे, पांघरुणं आरामात झोके घेत पडली होती. मधल्या आवारात भली थोरली पातेली, भांडी आणून ठेवली होती. तिथं जेवणाचं वाटप होत होतं. मुलांच्या राहत्या जागेत आम्ही प्रवेश केला. मोठा हॉल. कोपऱ्यात ट्रंका, सामान, दोरीवर कपडे. समोर जाजमं घातली होती. दोन-अडीचशे मुलं उत्सुकतेनं वाट पाहत होती. वयोगट सोळा ते वीस. कुणी क्वचित व्यवस्थित कपड्यात. बाकीचे हाफपॅंट, गंजी (बनियन) किंवा लेंगा-सदरा या पोशाखात! दहावी-अकरावीच्या मुलांचे चेहरे डोळ्यांपुढे येत होते.

वसंत बंदावणे सर सूत्रसंचालन करत होते, तर नीलेश जोशी सर्व आयोजन करत होते. अगदी बाहेरच्या कार्यक्रमाप्रमाणं माझं स्वागत, अतिरिक्त अधीक्षक माननीय श्री. धोंगडेसाहेबांचं स्वागत. वसंतानं आपल्या शिक्षकाच्या पेशाला साजेल अशा पद्धतीनं माझा (गौरवपूर्ण) परिचय करून दिला.

कार्यक्रमाची सुरुवात धोंगडेसाहेबांच्या काव्यवाचनानं झाली. त्यांनी एका कवितेचं वाचन केलं. नंतर त्यांनी भारूड त्या ढंगानं म्हटलं. भारूड ऐकताना मजा वाटली.

"भिशिच्या भोवती वसलं एक गाव
येरवडा जेल त्याचे नाव
भिशिच्या भोवती वसलं एक गाव
पाच शेतीस नोकर, एक चोपदार
चार निलंबित, एक हजर होईच ना
भिशिच्या भोवती वसलं...॥
भिशिच्या भोवती वसलं एक गाव
मासिक सभेसाठी एकच धाव
त्यात तांत्रिक कर्मचारी खाती भाव
भिशिच्या भोवती वसलं...॥"

माझ्या विनोदी कथेला मुलं भरभरून दाद देत होती. केवढं सुखद आश्चर्य! मला वाटलं होतं, सगळं डोक्यावरून जाईल, पण मुलं शहाणी निघाली. नेमक्या जागा हेरून हसत होती.

नंतरचा अनुभव गंभीर होता. मुलं स्तब्ध होती. जिवाचे कान करून ऐकत होती. अनुभवाचा शेवटचा भाग ऐकताना नीलेशनं डोळे टिपले. वसंतानं मनभर बोलून घेतलं.

मुलांच्या प्रतिक्रिया ध्यानात घेण्याजोग्या होत्या. भगवान कोळी, मयूरेश पारखी आणि विजय सांगळे तिघांनी उत्स्फूर्त प्रतिक्रिया व्यक्त केल्या. विजय तर भारावून म्हणाला, "आजवर मी अनेकांचं कथाकथन ऐकलंय, पण असं कधी ऐकलं नव्हतं. आमच्या मनात हे कायमचं राहील."

मुलांचे शब्द मला फार मोलाचे वाटले. माझ्या नातवंडांच्या वयाची ही मुलं. कित्येकांची घरं म्हणजे रेल्वेचे प्लॅटफॉर्म. ती मुलं ऐकत होती आणि प्रतिक्रियाही व्यक्त करत होती.

मी निरोप घेऊन निघाले तर मुलांनी 'पुन्हा या'चा गिल्ला केला. वसंतानं तर जाहीर सांगितलं, "निदान दोन महिन्यांतून एक दिवस तरी आमच्यासाठी द्या. आम्हाला शब्द द्या."

एवढ्यात एक दहावीतला मुलगा धावत पुढे आला, "सही देता?" त्यानं वही पुढे केली. "अरे!" नीलेशच्या तोंडून उद्गार निघाला. 'आमच्या संस्कार वर्गातली मुलं इतकी हुशार झाली!' हा भाव त्याच्या डोळ्यांत होता.

वसंता आणि नीलेश मला दिंडीदरवाजापर्यंत पोचवायला आले. हातातला

गुच्छ सांभाळत मी रिक्षा गाठली.

पर्समध्ये वसंताची पत्रं होती. त्या पत्रातला वसंत आणि आताचा प्रत्यक्षातला वसंत यात मी साम्य शोधू लागले. रिक्षा खड्ड्यांतून उड्या घेत सुसाट धावत होती. मी पत्रं वाचत होते –

आदरणीय मातोश्री गिरिजाजी
साष्टांग दंडवत।

आपले कारागृहाशी एक भावनिक नाते जुळले व त्या भावनेपोटी बंदींना 'धर्माची आई' देण्याचा तुमचा मानस आहे; पण आपण जणूकाही हे विसरलात. माता कधी मुलांना विसरते का? मान्य, तुमच्या प्रकृतीमुळे तुम्हाला ही धावपळ शक्य नाही. पण एक धर्माचा मुलगा म्हणून विनंती करतो ती अशी की, शासनाला पंधरा ऑगस्ट, सव्वीस जानेवारी अशा दिवशी कैद्यांना माफी देण्याचा हक्क आहे; परंतु सन १९९७ नंतर आजतागायत अशी एकही दिवसाची माफी शासनाने दिलेली नाही. जणू ही गोष्ट शासन विसरल्यातच जमा आहे. आम्ही दुःखी जीव काहीच करू शकत नाही. समाज बंदींकडे चांगल्या भावनेतून पाहत नाही, पण आपण अनेक वेळा कारागृहात येऊन वस्तुस्थिती अनुभवली आहे. म्हणूनच आपण आमचे मातृत्व स्वीकारले. आपण मोठ्या लेखिका आहात. समाजात आपणाला मान आहे. तसेच शासन-दरबारी आपल्या शब्दाला वजन आहे. म्हणून ही बाब लेखी वा तोंडी आपण गृहमंत्री वा मुख्यमंत्री यांच्या कानावर घातली, तर तुमचा शब्द वाया जाणार नाही. येत्या सव्वीस जाने.ला वा त्यापूर्वीही शासन माफी जाहीर करू शकते. माझ्या या तळमळीच्या भावना आपले मातृहृदय समजावून घेईल अशी आशा आहे. अनेक समाजसेवक, पुढारी कारागृहात येतात. बंद्यांना आश्वासने देऊन ती पूर्ण करत नाहीत. या दुःखी जीवांच्या भावनांशी खेळण्याचे पाप करतात. आई, मला सांगा, आम्ही कुणाच्या कुशीत तोंड लपवून रडायचे? इथे ऐंशी टक्के बंदी सामान्य आहेत. त्यात चाळीस टक्के निरपराध आहेत व उरलेले क्षणिक मोहापायी गुन्हा करून बसलेत. पण त्यांनाही पश्चात्ताप झालेला आहे. समाजव्यवस्था कशी गुन्हेगार तयार करते, हे माझ्यासारख्या सामान्य व्यक्तीने आपणाला सांगायला नको. मी नाहक अडकून इथे सजा भोगतोय. मृगाच्या बेंबीत असलेल्या कस्तुरीमुळे त्याची पारध होते. तशी पारध झालीये माझी. मीच एक कादंबरी बनलोय. अनाकलनीय आहे समाजपुरुषाचं मन जाणणं! असो. तेव्हा त्रिवार हात जोडून विनंती की, आपण गृहमंत्र्यांना लगेच लिहा, त्याचा पाठपुरावा करा व त्यांना काही दिवस वा वर्षांची माफी (कारण १९९७ ला सातशे वीस दिवसांची माफी जाहीर

केली होती.) जाहीर करायला भाग पाडा, जेणेकरून आम्ही आमच्या कुटुंबात, मुलाबाळांत लवकर जाऊ. मी तर प्रथम मुंबईला येऊन तुमच्या पायावर डोके ठेवीन. माझे नाट्यगुरू मा. दामू केंकरे आपल्या जवळच राहतात. त्यांच्याकडे माझे वारंवार येणे होते.

'जन्मठेप' वाचायची इच्छा आहे. बघू या कधी योग येतो. कृपया माझ्या या पत्रातील विनंतीवर गंभीरपणे व मातृहृदयाने विचार करावा, ही तुमच्या चरणी प्रार्थना! परमेश्वर आपणाला समाजकार्य व लेखनासाठी उत्तम आरोग्य व आयुष्य देवो.

कळावे,

आपला धर्मसुत
वसंत बंदावणे.

ता.क.

मी जो सरकार-दरबारी शब्द टाकायला सांगितला आहे, तो माझे वैयक्तिक काम म्हणून नाही, तर त्याचा फायदा महाराष्ट्रातील सर्व चांगल्या बंदींना होईल. हे काम कुणीतरी केले पाहिजे. त्याकडे सामाजिक भावनेतून पाहिले पाहिजे. तुम्ही बंदींच्या संपर्कात असल्यामुळे तुम्हाला या प्रश्नाची जाणीव आहे व त्या दृष्टीने तो अधिकार - म्हणजे 'माफी मागण्याचा'- तुम्हाला निश्चित आहे. म्हणून मी आपणाला सूचना केली. प्रसार-माध्यमांद्वारेदेखील हा प्रश्न सरकारपर्यंत पोचवता येईल. आज कारागृहांमध्ये क्षमतेपेक्षा साठ ते सत्तर टक्के बंदी जास्त आहेत. अनेक जण बाहेर लवकर गेल्यास उद्ध्वस्त कुटुंबं सावरू शकतात. मुळात सुसंस्कृत कुटुंबातून वा राजकीय वैमनस्यातून बरेच जण आत आलेले आहेत. हे कुणी सराईत गुन्हेगार नाहीत. आपल्या सूचनेनुसार मी केंकरे सरांना लिहितो. मेहताबाईंशी माझे जवळचे संबंध नाहीत. त्या कधीतरी पाहुण्या व्याख्यात्या म्हणून आमच्या वर्गावर येत असत, तेही केंकरे सरांच्या विनंतीला मान देऊन. आपण याल तेव्हा कदाचित मी नागपूरला जेलमार्फत हिवाळी अधिवेशनासाठी कार्यक्रमाला गेलो असण्याची शक्यता आहे. मी तिकडे एक महिना राहीन. आपल्या आदिवासी मुलांच्या प्रकल्पाबाबत कळाले. आनंद वाटला. सामाजिक काम करताना किती खस्ता खाव्या लागतात व खिशाला किती झळ लागते याचा एक छोटासा अनुभव माझ्या गाठीशी आहे. अर्थात, आपले काम व्यापक असल्याने आपल्या त्रासाची कल्पना मला येऊ शकते. आपण लाल दिव्याच्या गाडीचा उल्लेख केलाय. ताई, आजकाल अशा गाड्या बहुतेक गुंड प्रवृत्तीच्या माणसांनाच मिळतात. त्यासाठी नीतिनियम पायदळी

तुडवावे लागतात. सच्छिल माणसांचे ते काम नाही. आपण आमच्यासारख्या वाचकांसाठी लिहीत राहा. त्यासाठी परमेश्वर आपणाला उदंड आरोग्यदायी आयुष्य देवो, ही प्रार्थना! घरातील सर्वांना नमस्कार!

सरांना दंडवत.

आपला कृपाभिलाषी
वसंत बंदावणे

दि. ५.५.०७
आदरणीय माई,

साष्टांग दंडवत,

तुमचे पत्र मिळाले. तुम्ही आजारी असल्याचे तत्पूर्वीच सौ. वंदनाकडून कळाले होते. आपण लवकरच खडखडीत बऱ्या व्हाल अशी आम्ही प्रार्थना करतो. तब्येतीची काळजी घ्या. आम्हाला उशिरा भेटलात तरी चालेल. तुम्ही केसविषयी विचारले आहे. मोठा इतिहास आ, पण थोडक्यात मांडायचा प्रयत्न करतो. पार्श्वभूमी : मी शिरापूरसारख्या खेड्यात, एका अत्यंत गरीब कुटुंबात जन्माला आलो. दुष्काळ व दारिद्र्य पाचवीला पुजलेले. अत्यंत सधन असलेले कुटुंब हा हा म्हणता दरिद्री झाले. चुलत्यांचे पटेना. ते वेगळे निघाले; पण माझे वडिल उपजतच बुद्धिमान असल्याने त्यांना अनेक कला येत होत्या. ते बांधकाम करून व लोकांची ऑईल इंजिन दुरुस्त करून आमची गुजराण करत असत. मी १९७२ च्या दुष्काळी कामावर जात असे. त्यानंतर नाशिक, नगर येथे शिकत असताना पेंटिंगची व इतर कामे करून मी शिक्षण पूर्ण केले. नाशिकला प्रथम वर्ष ए.टी.डी.त प्रथम क्रमांकाने पास झालो. पुढे नगर येथे प्रवेश घेऊन ए.टी.डी. द्वितीय वर्षही प्रथम क्रमांकाने पास झालो. मला लगेच नोकरी मिळाली. जीवनाची दिशा बदलली. अनेक कला माझ्यात असल्याने मी सतत समाजात व्यग्र राहत गेलो. सामाजिक कामाची आवड होतीच. प्रथमत: 'संग्राम नाट्य मंडळ' स्थापन करून राज्य नाट्य स्पर्धेसाठी नाटके केली व अनेक पारितोषिके मिळवली. वर्तमानपत्रांतून सातत्याने कथा, कविता व स्तंभ लिहीत होतो. गावपातळीपासून देशपातळीवरील कार्यक्रमांचे सूत्रसंचालन करीत होतो. अनेक मोठ्या दिग्गजांचा सहवास लाभला. मोठमोठे राजकारणी, लेखक, कवी, नाटककार, समाजसेवक, चित्रपट-अभिनेते या सर्व लोकांशी सतत संपर्क येत गेला. त्यातून मी घडत गेलो. माझी सर्व प्रांतांत यशस्वी घोडदौड चालू होती. या दरम्यान नाट्यक्षेत्रातून माझी सहकलाकार 'वंदना' हिचा परिचय वाढला.

प्रेम निर्माण झाले. माझे लग्न झालेले होते. दोन मुले होती. पहिली पत्नी मामाचीच मुलगी. जेमतेम शिकलेली. तिला आधुनिक जगाची ओळख नव्हती; पण तिला मी प्रोत्साहन दिले. घडवले. तिच्याबाबत माझी तक्रार नव्हती; पण माझे कलाकार मन कुठेतरी कुढत होते. अशा वेळी वंदनाने साथ दिली. मला आहे त्या अवस्थेत, माझ्या प्रपंचासह स्वीकारायची तयारी दाखवली. मी ही बाब नंदिनीला सांगितली. तिची व माझ्या आईवडिलांची, मित्रांची रीतसर परवानगी घेऊन व कायदेशीर बाबी पूर्ण करून मी वंदनाशी विवाह केला. माझ्या कुटुंबाने तिला व तिने कुटुंबाला स्वीकारले.

तिच्या प्रोत्साहनाने माझ्या प्रगतीचा वेग वाढला. मी 'कलाश्री कला मंडळ' ही संस्था स्थापन करून त्या संस्थेचे शासनमान्य 'कलाश्री आर्ट ॲण्ड क्राफ्ट' कॉलेज सुरू केले. पैसा आला. अनेक राज्यस्तरीय अभिनव उपक्रम राबवून मी संस्था अल्पावधीत नावारूपाला आणली. बंगला, गाडी, ऐश्वर्य, मान-सन्मान या गोष्टी मिळू लागल्या. मी माझ्या कलेच्या धुंदीत जीवन जगत होतो. कलाशिक्षक म्हणून नोकरीही करत होतो. मी ज्या विद्यालयात नोकरी करत होतो, तिथे सांस्कृतिक विभाग सांभाळत होतो. दरम्यान मला आदर्श शिक्षक पुरस्कार मिळाला. दिल्ली येथे अनेक वर्षे सी.सी.आर.टी. या संस्थेत मी प्रशिक्षणासाठी जात होतो. या काळात कन्याकुमारी ते काश्मिर असा सगळा देश फिरून झाला. प्रचंड अनुभव पाठीशी होता. गावात दूध-डेअरी सुरू केली. संगमनेर येथे मूक-बधिर विद्यालय स्थापन करण्यात वाटा होता. हे करत असताना भाऊ दिगंबर इंजिनिअरिंगपर्यंत, बहीण मंगल बी.ए.एम.एस., दुसरी बहीण शैला ए.टी.डी., दुसरा भाऊ अरुण याला आय.टी.आय.आर ॲण्ड टी.व्ही. मेकॅनिक असे शिक्षण दिले. मुलगा कांचन G.D.Art, Dip.A.Ed. होऊन आज नीतिन देसाईंकडे असिस्टंट आर्टिस्ट आहे. दुसरा नकुल B.com करून रिलायन्समध्ये नोकरी करतो आहे. मुलगी केतकी इंग्लिश मिडियमला चौथीत शिकते आहे. पत्नी वंदना M.A.M.Ed(Eng.)B.J. होऊन अनेक वर्षे शिक्षिकेची नोकरी, पत्रकारिता व दूरदर्शनवर कार्यक्रम करते. नंदिनी सर्व घर सांभाळते. असे सुंदर आयुष्य चालू होते.

केस : पार्श्वभूमी : दरम्यान शाळेत एक उपक्रमशील व विद्यार्थिप्रिय शिक्षक म्हणून मी नावाजला जात होतो. वर्गात शिकवण्याची माझी हातोटी बघून मला मुलांची पत्रे येत. असेच एका मुलीचे पत्र आले. ते मी वाचले. त्यात माझी स्तुती केली होती, पण पत्र लिहिणाऱ्या नावाची एकही मुलगी विद्यालयात नव्हती. परत दुसरे पत्र आले. अर्थात टोपणनावाने! अशी पत्रे वारंवार शाळेत व घरच्या पत्त्यावर येऊ लागली. पुढे पुढे पत्रातली भाषा बदलली व ही मुलगी माझ्यावर एकतर्फी प्रेम करते आहे हे माझ्या लक्षात आले. तिला शोधून वेळीच समज दिली पाहिजे म्हणून

मी तिचा शोध घेऊ लागलो. तेव्हा मला मुलीचा शोध लागला. तिला मी समजावून सांगितले, पण पत्रे यायची थांबेनात. मग तिच्या घरी जाऊन तिच्या आईला समजावून सांगितले. तरी पत्रे थांबेनात. मग तिच्या भावना बदलवण्यासाठी तिच्याच घरी तिच्या आईदेखत राखी बांधून घेतली.

मग त्या मुलीचे माथे ठणकले. तिचे प्रेम असफल होते आहे, हे तिच्या लक्षात आल्यावर तिने माझ्यावर आळ घेतला व एका सामाजिक संस्थेच्या मदतीने माझ्यावर बलात्काराचा गुन्हा दाखल केला. पोलिसांनी तिने सुचवलेल्या हॉटेलांच्या रजिस्टरमध्ये खोट्या नोंदी केल्या. रजिस्टरमध्ये जिथे जागा मिळेल तिथे माझे नाव इंग्रजीत लिहिले. त्यांना आडनावाचे स्पेलिंगही लिहिता आले नाही. माझा गाडी नंबर व मेक चुकीचा लिहिला. लक्षात आले की, ज्या पानावर नोंद केली ते पान २००० सालचे होते. मग २००० साली बलात्कार केल्याची फिर्याद फेब्रु. २००२मध्ये म्हणजे दोन वर्षांनंतर कशी नोंदवली गेली? केस चालली. मेडिकल रिपोर्ट निगेटिव्ह, साक्षी-पुराव्यात प्रचंड विसंगती! उदा. हॉटेलचा वेटर अशिक्षित दक्षिण भारतीय. त्याला फक्त मोडकीतोडकी हिंदी बोलता येत होती. मराठी, इंग्रजी, हिंदी, लिहिता-वाचता येत नव्हते. तरीही त्याने हॉटेलच्या रजिस्टरमध्ये नोंदलेले माझे नाव, माझ्या गाडीचा इंग्रजी नंबर व तिच्या काचेवर असलेली PRESS ही अक्षरे बरोबर वाचून सांगितली. त्याने शपथेवर कोर्टाला सांगितले, ''मला इंग्रजी लिहिता वाचता येत नाही.'' रजिस्टरवर 'व्यक्ती एकच' असा उल्लेख असताना 'मुलगी' सरांच्या बरोबर होती असे सांगितले. हॉटेलमध्ये दहा ते पंधरा मिनिटेच थांबले असे सांगितले व मुलगी सांगत होती, तेवढ्या वेळात तीन वेळा बलात्कार केला. सगळेच आचंब्यात पाडणारे!

पण केवळ सुप्रिम कोर्टाच्या निर्णयानुसार मला सजा लागली. कोर्ट म्हणते, मुलगी अल्पवयीन असेल व तिने सांगितले की, अमुक माणसाने माझ्यावर रेप केला, तर कुठल्याही इतर पुराव्याची गरज नाही. मुलीचे म्हणणे ग्राह्य मानून सजा दिली जावी. अर्थात, मुलीचे वय पंधरा वर्षे सहा महिने. या वयात मुली सज्ञान असतात; पण 'इंग्रजांचा कायदा' बदलण्याची गरज अजून आपल्या संसदेला वाटली नाही व त्यामुळे या अस्त्राचा वापर करून अनेक निरपराध बळी दिले जात आहेत. सेशन्स कोर्टाने दिलेली जन्मठेपेची सजा हायकोर्टात अपिलात सात वर्षे करण्यात आली. मुलीची कौटुंबिक पार्श्वभूमी अतिशय अनैतिक आहे. तिचा उल्लेख करून अधिक बदनाम करू इच्छित नाही. मी 'स्त्री'चा सन्मान करणारा माणूस आहे. पण या तथाकथित घटनेचा फायदा स्त्रीवादी संघटनांनी एक ॲक्टिव्हिटी म्हणून भरपूर करून घेतला. मोर्चे, घोषणा इ. करून न्यायव्यवस्थेवर दबाव आणला. तसेच स्थानिक लंगोटी वर्तमानपत्रांना तर चमचमीत मेजवानीच मिळाली!

अशा बातम्या लोक चवीने वाचतात म्हणून तिखट-मीठ लावून बातम्या छापल्या गेल्या व धंदा केला गेला. 'कर नाही त्याला डर कशाला' व न्यायदेवतेवर भरवसा ठेवून मी केससाठी कोणत्याही अवैध मार्गाचा अवलंब केला नाही व मिळाली ती सजा निमूटपणे भोगतो आहे; पण जेलमध्ये आल्यावर खऱ्या आयुष्याचे दर्शन झाले. माझ्यातला समाजसेवक मरू न देता इथेही दु:खी बंदींसाठी सतत उपक्रम करतो आहे. त्याविषयी आपणाला ज्ञात आहेच. बंदींकडे पाहण्याची समाजाची दृष्टी बदलावी म्हणून लिखाण करून ते सातत्याने प्रसिद्ध करतो आहे. प्रतिसादही चांगला मिळतो आहे. सुदैवाने करागृहात मला चांगले अधिकारी मिळाले. त्यांनी मला समजावून घेतले व प्रोत्साहन आणि संधी दिली.

'पायी बेडी बांधलेली, धाव माझी दूर आहे.
उष:कालचे स्वप्न पाहण्यात नजर माझी चूर आहे'

याप्रमाणे इथले आयुष्य जगतो आहे. माझा परमेश्वरावर एकमेव भरवसा आहे. माझ्यासाठी तो जे भविष्य निर्माण करील ते चांगलेच असेल. त्याने जे काही माझ्या आयुष्यात घडवले ते माझ्या हिताचेच समजून मी वागतो. माझ्याविरुद्ध खोटी साक्ष देणाऱ्या हॉटेल-मालकाला त्याच्या दोन मुलांसह मुलींच्या अनैतिक व्यवसायात अटक झाली. त्याचा व्यवसाय बंद पडला. हे परमेश्वरानेच घडवले ना? मी सुटण्याअगोदर त्यांना जेलची हवा खावी लागली. परमेश्वराकडे न्याय आहे. केलेल्या कर्माची फळे तुम्हाला इथेच भोगावी लागतात. मी निष्कलंक नाही. तसा कोणीही असू शकत नाही. कळत-नकळत मीही काही चुका केल्या असतील, पण त्यांची सजा मात्र मला मी न केलेल्या गुन्ह्यात मिळाली असेच मी मानतो; पण माई, मला वाटते, इथल्या कुमारवयाच्या मुलांना जुजबी का होईना, कायद्याचे ज्ञान शालेय पातळीवर दिलेच पाहिजे. कायदा मोडण्याचे घोर दुष्परिणाम त्यांच्या लक्षात आणून दिले पाहिजेत व कायदापालनाचे फायदे त्यांना समजावून सांगितले पाहिजेत. याच भावनेतून मी 'गोष्ट : कायद्याच्या फायद्याची' लिहिले. अजूनही दोन पुस्तके प्रकाशित होतील; पण या सर्व अनुभवांतून माणसे ओळखायला शिकलो. कायदा जरी चांगला असला, तरी त्याचे रक्षक व न्यायव्यवस्थेचे दलाल निरपराध्यांना जाळ्यात पकडून स्वत:ची तुंबडी भरण्यासाठी त्याचा सर्रास गैरवापर करतात, हे मात्र जाणवते. त्यासाठी सामान्यातल्या सामान्य नागरिकालाही दैनंदिन जीवनातल्या कायद्याचे ज्ञान असायलाच हवे असे वाटते.

फार काय लिहू? हे अतिशय थोडे आहे. मनात दाटलेले सर्व कागदावर आल्यास कादंबरी निश्चित होईल. सारांशरूपाने लिहिले आहे. आपण त्याचा योग्य त्या ठिकाणी वापर करू शकता.

'रंग मनाचे'विषयी या अगोदरच्या पत्रात लिहिले आहे. मुंबईतील एखादा

प्रकाशक मिळाल्यास बघा. वंदनाला ते हस्तलिखित तुम्हाला पाठवायला सांगितले आहे. लवकरच माझी सुटका होण्याची शक्यता आहे. आपले आशीर्वाद हवे आहेत. जोशी तुम्हाला स्वतंत्रपणे लिहिणार आहे.

तब्येतीला जपा. सरांना दंडवत सांगा.

इतरांना नमस्कार.

तुमचाच

वसंत.

दि. १३.०५.२००७

प्रति,

मा. सौ. माईस

निलेश जोशीचा साष्टांग नमस्कार

माई, प्रथमत: पत्र लिहिण्यास उशीर झाला म्हणून माफी मागतो. तुमच्यामुळे प्रथमच मी माझ्या आयुष्याबद्दल, केसबद्दल काहीतरी लिहिलंय. मला माहिती आहे माई, तुम्हाला ते वाचायला थोडं अवघड जाईल, कारण माझं मराठी चांगलं नाही आणि जोडाक्षर तर त्याहून नाही. तरीही मी प्रयत्न केलाय. आता त्यातलं किती छापायचं, काय छापायचं ते तुम्ही ठरवा. मला जमलं तेवढं मी लिहिलं. कारण तुम्ही माझ्या माई जरी असल्या, तरी तुमचा मुलगा काही लेखक नाही.

तुम्ही तब्येतीची काळजी घ्या.

तुमचा

निलेश र. जोशी

।।हरि ॐ साई।।

माझा जन्म. एका मध्यमवर्गीय कुटुंबात झाला; दि. १४.९.७६ रोजी. मी, माझा मोठा भाऊ, आई आणि बाबा असा आमचा सुखी परिवार. वडलांचा छोटा बिझनेस (कारखाना). मी पुण्यातच एका कॉन्व्हेंट शाळेत शिकलो. तसे वडील आणि आई दोघंही मुंबईचेच, पण लग्न झाल्यावर वडिल पुण्याला शिफ्ट झाले आणि त्यांनी स्वत:चा कारखाना सुरू केला. तसा लहानपणापासूनच मी बिनधास्त. कशालाच घाबरत नव्हतो. मी पाचवीत असताना वडिल आजारी पडले. तीन वर्षं कोमात होते. नंतर शुद्धीवर आले खरे, पण अंथरुणावरच होते. ना बोलणं ना

चालणं. माझ्या आईनं रात्रीचा दिवस आणि दिवसाची रात्र करून त्यांची सेवा केली. माझा भाऊ त्या वेळेस नुकताच दहावी पास झालेला होता. तो कारखाना सांभाळत होता आणि मी कसंबसं माझं शिक्षण पूर्ण करत होतो; पण माझ्या बिनधास्त स्वभावामुळे एक वाया गेलेला पोरगा म्हणून नावारूपाला आलो. मी दहावी झालो त्या वेळेस वडिल वारले. या वेळेस घरची परिस्थिती खूपच नाजूक होती. हातातोंडाची भेट तर होत होती, पण त्यात तशी गोडी नव्हती. आपले आपले म्हणणाऱ्यांनी पाठ फिरवली, तर परक्यांची काय विचारणा? मग मी पुणं सोडायचं ठरवलं आणि मुंबई गाठली. एक वर्ष त्यात वाया गेलं. काम तर मिळालं, पण पुढे शिक्षणाचं काय? आणि माझं स्वप्न तर पायलट व्हायचं होतं. त्यासाठी बारावी सायन्स होणे आवश्यक होते. मग काम करत करत मी बारावी झालो आणि पायलटच्या कोर्ससाठी तयारी सुरू केली; पण त्याची फी ऐकल्यावर वाटलं की, मलाच काय, पण माझ्या खानदानाला ती परवडली नसती. त्याच वेळेस एका कॉलेजच्या मैत्रिणीच्या ओळखीने एक सुंदर मुलगी माझ्या आयुष्यात आली आणि एक 'खास' घर करून बसली. आयुष्याला एक नवीनच कलाटणी मिळाली. मला समजावून घेणारी अशी ती दुसरीच व्यक्ती होती. एक माझी आजी आणि दुसरी ती गौरी! पण पुढे काय हा प्रश्न होताच. कारण मी असा फाटका आणि ती एका लॉर्डची पोरगी! कॉर्पोरेट वर्ल्डमध्ये तिच्या वडलांचं खूप मोठं नाव होतं. पेपरात कायम त्यांचे फोटो यायचे. त्या वेळेस मी एका मार्केट रिसर्च कंपनीत काम करत होतो. मग तिनेच सुचवल्यामुळे मी एका प्रयव्हेट इन्स्टिट्यूटमधून डिप्लोमा इन मार्केटिंग मॅनेजमेंट केलं आणि तिच्याच वडलांच्या ओळखीने एका प्रायव्हेट कंपनीत कामाला लागलो. हळूहळू corporate world मधलं कामकाज शिकू लागलो, पण त्या जगात नाव कमवण्यासाठी माझं शिक्षण पुरेसं नव्हतं, म्हणून मी एम.बी.ए. करायचं ठरवलं. मग मिळालेल्या एका स्कॉलरशिपवर आणि तिच्या वडलांच्या मदतीने मी परदेशातल्या एका नामांकित युनिव्हर्सिटीमधून एम.बी.ए.(फायनान्स) झालो. एका फायनानशियल कंपनीत असिस्टंट रीजनल मॅनेजर म्हणून कामाला लागलो. दोन वर्षांतच रीजनल मॅनेजर (लोन डिव्हिजन) म्हणून काम पाहू लागलो. लागोपाठ दोन वर्षं Best employee award ही मिळवलं. एका सुखी जीवनाचं स्वप्न पाहू लागलो. हे सगळं गौरीच्या साथीमुळेच होऊ शकलं.

माझ्या भावानं तोपर्यंत आमचा कारखाना कसाबसा चालू ठेवला होता. मला पगार चांगला होता. वरची (म्हणजे दोन नंबरची) कमाईपण चांगली होत होती. स्वत:साठी बरंच काही करायचा, प्रॉपर्टी बनवण्याचा माझा विचार होता; पण माझ्या आणि गौरीच्या एकविचाराने आम्ही कारखाना वाढवण्याचं ठरवलं. जोशी एम्पायर

उभं करायचं ठरवलं. त्यामुळे सध्यातरी स्वत:च्या नावावर खास काही करायचे नाही. आणि म्हणूनच त्यासाठी पैसे खर्च करायला आम्ही सुरुवात केली. ह्याच्यात साधारण वर्ष गेलं. हळूहळू सर्वकाही मनासारखं होत गेलं आणि जोशी एम्पायरचा पाया मजबूत होत गेला. सर्वांना हे यश दिसायला लागलं, पण मी प्रत्यक्षात ह्यात कुठेच नव्हतो. जे काही करतोय ते भाऊच करतोय, असंच आम्ही दाखवत राहिलो; पण हे सुख जास्त दिवस नशिबात नव्हतं किंवा कोणाला बघवत नव्हतं असंही म्हणता येईल. दूर गेलेले बरेचसे लोक (अशांना मी नातेवाईक म्हणणार नाही) या ना त्या कारणामुळे जवळ येत होते; पण मी त्यांना कधीच विचारत नव्हतो की, जवळही करत नव्हतो; कधी जवळ करायचा विचारही करत नव्हतो.

आता लग्न करण्याचा विचार मनात यायला लागला होता; पण एक प्रॉब्लेम होताच. तो म्हणजे तिचे वडिल मला कुठलीही मदत करायला तयार असायचे, पण त्यांच्या मुलीबरोबर माझं लग्न करण्यासाठी तयार नव्हते. त्यामुळे आम्ही थोडे दिवस असेच घालवायचे ठरवले. ह्यात साधारण सात-आठ महिने गेले आणि ती २००१ मध्ये खूपच आजारी पडली. तिला नक्की काय झालं होतं हे समजायला फारच उशीर झाला. तिला ब्रेन ट्यूमर झाला होता. त्याचा उपचार होतो असं सर्व डॉक्टर सांगायचे, पण हेही सांगायचे की, ती लास्ट स्टेजला आहे. आम्ही सर्वांनी ह्या ना त्या मार्गाने खूप प्रयन केले; पण सर्व व्यर्थ गेले. ती गेलीच सर्वांना सोडून. गेलीच. दूर दूर गेली. परत न येण्यासाठी!

माझ्या आयुष्याला खूप मोठा ब्रेक लागला. सर्वकाही संपल्यासारखं वाटायला लागलं. जगण्यासाठी म्हणून जगत होतो. मी खूप एकटा पडलो. स्वत:ला जास्तीत जास्त व्यस्त ठेवायचा प्रयत्न करत होतो; पण त्यामुळे काही जवळचे मित्रही दुरावले. मी जास्तच एकटा झालो; चिडका होत गेलो. माझी सोशल सर्व्हिसची कामं काही ना काही कारणाने चालूच राहिली. कधी ब्लड डोनेशन, कॅन्सर पेशंट, एड्स पेशंट यांना भेटण; खास करून अशा लहान मुलांना भेटणं, त्यांना काय हवं-काय नको ते बघणं वगैरे; पण पुण्यात किंवा मुंबईत मन रमत नव्हतं. माझ्या ग्रुपचे बरेचसे माझे मित्र जॉबसाठी परदेशात जात होते. म्हणून शेवटी मीपण जायचं ठरवलं. भारताबाहेर जॉब शोधायला सुरुवात केली. सहा महिन्यांतच मला त्यात यश आलं. एका नामांकित कॅनेडियन कंपनीत जॉब मिळाला. त्यांनी सहा महिन्यांत म्हणजे एप्रिल २००३पर्यंत मला जॉईन होण्याची ऑफर दिली. मी प्रयत्नाला लागलो. मुंबईचा जॉब सोडला. पासपोर्ट तर आधी होताच. व्हिसाच्या तयारीत लागलो. आयुष्यात आता कुठे परत सेटल होईन असं वाटत होतं, पण नशिबाला माझं हे सुखपण मान्य नव्हतं.

फेब्रुवारी २००३ला माझ्या पुण्या-मुंबईच्या फेऱ्या चालू होत्या. व्हिसा हातात

घेऊन तिकीट कन्फर्म करायचं होतं. इकडची बरीचशी कामं आटपायची होती. कारण मी परत मागे वळून भारतात येणार नव्हतो; तशी शक्यताच नव्हती. पण माझ्या अवती-भोवती दुसरंच काहीतरी शिजत होतं, हे समजायला मला फार उशीर झाला. रात्रीचा एक वाजायला आला होता म्हणून मी कामं संपवून घरी जायला निघालो होतो. माझा फ्लॅट चौथ्या मजल्यावर होता. जिने चढत चढत तिथे पोहोचलो. खूप झोप आली होती आणि सकाळी परत मुंबईला जायचं होतं. बघतो तर काय, दरवाजा उघडा. आत भाऊ एका कोपऱ्यात बसला होता आणि आतल्या खोलीत सगळीकडे रक्तच रक्त दिसत होतं. मी ताबडतोब पोलिसांना आणि इतर काही लोकांना फोन केले. पोलीस आले. मी त्यांना आतल्या खोलीत घेऊन गेलो, पण त्या आधी मी आतल्या खोलीत जाऊन आतली व्यक्ती जिवंत आहे की नाही ह्याची खात्री केली. त्या व्यक्तीला हात लावल्यामुळे हाताला आणि शर्टाला थोडेसे रक्ताचे डाग होते. थोड्या वेळानंतर पोलिस मला त्यांच्याबरोबर काही लिखापढी करण्यासाठी चौकीत घेऊन गेले आणि त्यांनी मला रात्रभर तिथेच बसवून ठेवलं. माझी त्यांच्याबरोबर (मला तिथे बसवून ठेवल्यामुळे) बरीच बाचाबाची झाली, पण त्यांनी माझ्या कुठल्याच प्रश्नांची उत्तरं दिली नाहीत. उलट मला शिवीगाळ करून मारहाण केली. दुसऱ्या दिवशी मला कोर्टात घेऊन गेले. तेव्हा मला कळलं की, मला अटक झाली आहे. पुढच्या चौदा दिवसांपैकी दहा दिवस मला मारहाण करण्यात आली आणि एका कोऱ्या कागदावर सही करण्यासाठी सांगण्यात आलं, पण मी ती शेवटपर्यंत केली नाही. तिथून पुढे चौदाव्या दिवशी मला जेलमध्ये नेण्यात आलं. वर्ष गेलं, पण केसबाबत कुठूनच काही हालचाल होत नव्हती. त्यानंतर केस चालू झाली. ॲड. महेश झंवर यांनी आणि ॲड. आसिम सरोदे यांनी मला बरीच मदत केली. फारच उत्कृष्टपणे केस चालवली. ह्यात परत एक वर्ष गेलं. केसमधल्या वेळेत एक जण माझ्याशी बोलायला आला आणि म्हणाला की, तुझ्या भावाने आम्हाला फसवलं आहे. तो म्हणाला होता की, मी तुम्हाला एक लाख देईन म्हणून, पण त्याने पन्नास हजारच दिले. त्या वेळेस मला समजलं की, ह्या सर्वापाठी माझा...माझाच भाऊ आहे. त्याने सव्वा लाखाची सेटिंग केली आणि शेवटी मला सजा लागलीच. आयुष्य पूर्णपणे संपलं.

सजा लागल्यावर माझी ओळख श्री. वसंत बंदावणे (गुरुजी) यांच्याबरोबर झाली. त्यांनी मला जगण्याची नवीन उमेद दिली. त्यांच्या बायकोनं मला सख्ख्या भावासारखं प्रेम दिलं. आम्ही इकडे संस्कारवर्ग चालू केले. इतर आपल्याला माहितीच आहे. मला २००५ मध्ये सजा लागल्यावर लगेचच पुढच्या महिन्यात माझ्या भावानं लग्न केलं. पुण्यातली सर्व प्रॉपर्टी विकली आणि निघून गेला. मी त्याला माझ्या पद्धतीने शोधण्याचा प्रयत्न करत आहे, पण अजून काही तो

भेटलेला नाही.

मी इकडे सध्या इंडियन इंन्स्टिट्यूट ऑफ पॅरॅलिगल स्टडीज मधून 'पॅरॅलिगल'चा कोर्स पूर्ण केला आहे आणि ॲड. आसिम सरोदेंबरोबर काम करत आहे.

२४.५.२००७
रात्रौ साडे दहा

चि. नीलेश,

सप्रेम आशीर्वाद.

तुझं पत्र आणि सविस्तर निवेदन वाचलं. सुन्न झाले. किती विचित्र आयुष्य तुझ्या वाट्याला आलं रे! तुला शनी महात्म्यातली विक्रमादित्य राजाची गोष्ट ठाऊक असेल ना? दैवगती फिरली की, माणसाला काही करता येत नाही. हेही दु:ख संपेल. या कसोटीतून पार पडलास की, कदाचित चांगलं आयुष्य वाट्याला येईल.

विसरच की, असा कुणी भाऊ होता म्हणून. पैशाकरता आणि पैशावर जगणारी माणसं मूल्यं, प्रेम, माया सगळं विसरतात. ते पूर्वायुष्यातलं नातं संपलं असं समज.

सध्या समाजप्रबोधनाचं किती चांगलं काम करतोयस तू! यातून नक्कीच काही चांगलं घडेल. आता सांग, मला जी माहिती दिली आहेस, तीच सर्व कोर्टात सांगितलीस ना? कारण हे छापलं जाणार आहे. दहा दिशांना पोचणार आहे. याचा तुझ्या शिक्षेवर परिणाम होता कामा नये. एक व्यक्ती म्हणजे कोण ते कळव.

तुझं मराठी चांगलं नाही हे मला कळतंय, पण तुला जे येतं त्यातलं मला कुठं ज्ञान आहे? प्रत्येकाचा अभ्यासाचा विषय वेगळा असतो. तुला त्यात कमीपणा वाटण्याचं कारण नाही.

तुला गम्मत सांगू? मी अमेरिकेला कथाकथनासाठी गेले होते ना, तेव्हा ते लोक काय बोलतात ते मला कळत नव्हतं आणि माझं दुधा-तुपातलं इंग्रजी त्यांना कळत नव्हतं. मग तर असं वाटायला लागलं, मला मराठीही येत नाही अन् इंग्रजीही येत नाही. सगळं 'डबा ऐसपैस!'

मला काही ती अमेरिका आवडली नाही. तिथं फक्त पैसा आहे. माणसाला माणूस म्हणून काही मूल्यच नाही. विमान मुंबईत लॅण्ड होतंय हे ऐकलं अन् ऊर आनंदानं भरून आला. गर्दी, गजबज, ऊन, घाम, कळकट माणसं, वाहनांचे कर्कश आवाज या सर्वातून आपण जगतोय, मोकळा श्वास टाकू शकतो हे किती छान आहे! आता थांबते. तू विद्यार्थी नाहीस नि मी परीक्षक नाही. तुझं पत्र आईच्याच

नात्यानं वाचणार आहे.

पत्र पाठव. आनंदात राहा. कळावे,

तुझी माई.

पुन्हा : हे बघ, तू नीलेश आहेस. नील+ईश=नीलेश. (म्हणजे श्रीकृष्णाचं – कुणी शंकराचं मानतात – एक नाव.) निलेश नव्हे.

आता पुण्याला येईन तेव्हा फोटोग्राफर घेऊन येईन.

माई.

२४.५.२००

रात्रौ अकरा

चि. वसंतास,

सुरेख लपेटी अक्षरातलं तुझं पत्र वाचलं. शिक्षकाचं अक्षर असंच हवं. अक्षरांवरून माणसाचं नेटकेपण लक्षात येतं. बलात्काराची कुठलीही केस मी घेतलेली नाही. त्या वृत्तीची मला प्रचंड घृणा आहे; पण तुझी केस विचित्र आहे.

अशीच केस मुंबई विद्यापीठात (विद्यानगरीत) घडली होती. त्या प्रा.ना मी ओळखत होते. ते ह्यांना म्हणाले, "सर, मी असं करेन असं वाटतं का हो तुम्हाला? हे सगळं ठरवून...." मला ऐकून प्रचंड धक्का बसला.

प्रा. शशिकांत लोखंडेच्या बाबतीतही असंच घडलं. नोकरी गेली. बिचारा पंचवीस वर्षांचा तरुण सैरभैर झाला; पण S.N.D.T. च्या प्राध्यापकांनी त्याला आधार दिला; सावरलं. मी व्याख्यानाला गेले होते तेव्हा समोर आला. नमस्कार केला. अगदी मोकळा हसला; पूर्वीसारखाच! म्हणाला "ताई, आता सावरलोय. या सर्वांनी मला समजून घेतलं." मी विषयच बदलला. त्याच्या वाट्याला चांगले दिवस आले, याचंच मला समाधान वाटलं.

तू सुटलास की तुझीही प्रतिमा उजळून काढ. शेवटी आपण आपल्याला घडवत असतो. शिक्षकाच्या बाबतीत तर हे सहजसाध्य असतं. आपण घडता घडताच मुलांना घडवत असतो. आता पुस्तकाबद्दल – पैसे घेऊन पुस्तकं छापतात. साधारण दीडशे पानांच्या पुस्तकाचे सोळा ते वीस हजार मागतात; पण ओळखीचा प्रकाशक हवा. नाहीतर पैसे खाऊन वर ढेकर देणारे महाभागही आहेत. प्रुफं जाणकाराकडून तपासून घ्यायला हवीत. तुझ्या पत्रात शुद्धलेखनाच्या चुका भरपूर आहेत. त्या पुस्तकात राहू नयेत.

स्क्रिप्ट पाठवण्यापूर्वी या गोष्टींचा विचार कर. तुझं निवेदन तसंच माझ्या पुस्तकात टाकू की त्यात काटछाट करू? तुझ्या सुटकेवर त्याचा परिणाम होऊ

नये म्हणून विचारते. तू जशी आणि जी केस मांडलीस, तीच मला कळवलीस ना? काय ते कळव. पत्रोत्तर पाठव. नीलेश आणि तू एकमेकांना सांभाळा. एकमेकांच्या स्नेहाच्या आधारे दिवस आनंदात घालवा. तू बोलतोस चांगला. समुपदेशनातलं तुझं बोलणं मला आवडलं.

हे पुस्तक येरवडा जेलच्या गांधी आवारात प्रसिद्ध व्हावं, ही माझी इच्छा आहे. परमेश्वरी संकेत काय असेल तसं घडेल!

सध्या माझं काम मंद गतीनं चाललंय. बाहेरचे कार्यक्रम बंदच आहेत. मा. सावरकर साहेबांना पत्र टाकलंय. काय होतंय पाहू. बरं वाटलं की पुणं गाठते. आधी कळवेनच. पत्र टाक.

कळावे,
तुझी
माई

■ ■ ■

पुन्हा संजय कांबळे

संजय कांबळेचं पुन्हा पत्र आलं आहे. दूरध्वनीपण आला होता. छायाचित्रासह आलेलं त्याचं निवेदन वाचलं. अर्थात तो एकतर्फी विचार आहे आणि गजाआड वर्षानुवर्ष काढणाऱ्यांच्या बाबतीत तो अपरिहार्य आहे.

मी त्यावर मल्लिनाथी केली नाही. कुठे खाडाखोडही केली नाही. जे जसं निवेदन आहे तसंच जनतेपर्यंत पोचवलं आहे.

निदान एका कैद्याची सुटण्याची, घराची ओढ समाजापर्यंत पोचावी. छायाचित्र मुद्दाम दोघांचं घेतलं आहे. घरच्यांनी त्याला निर्दोष मानून स्वीकारलं आहे हेही पाहणाऱ्यांच्या लक्षात यावं. ज्यानं त्यानं मनाचा कौल द्यावा –

।।श्री।।

१५.६.२००७

पूजनीय तीर्थरूप माई,

तुमच्या थोर चरणी संजय कांबळेचा सप्रेम साष्टांग नमस्कार.

माई, मी तुम्हाला फार महिन्यांनंतर हे पत्र पाठवीत आहे. त्यामुळे माझ्यावर कृपया रागावू नका. मी ह्यापूर्वी तुम्हाला अनेक वेळा पत्रे पाठविली, पण मला त्या पत्रांचे उत्तर अजिबात न आल्याने तुम्ही माझ्यावर नाराज आहात, असे मला जाणवले. कदाचित ह्या बंदिस्त लेकरावरची माया कमी झाली असावी. प्रत्येक मूल

चुकत असते; पण त्या चुकांवर पांघरूण घालून, त्यांना माफ करून त्यांना आदर्श पुरुष घडविणे हे प्रत्येक मातेच्या हाती असते.

माई, तुम्हीच आमच्यावर रागावलात, तर आम्ही आमच्या दु:खाचं गाऱ्हाणं कुणाकडे मांडायचं?

मी व माझे येथील मित्र संतोष शिंदे, हिरालाल अग्रवाल (वॉर्डर) यांनी दि. २५.३.२००७चा पुढारी पेपर वाचला. त्यातील एक बातमी शिक्षेतून आमची लवकरात लवकर सुटका होण्याच्या दृष्टीने जमेची बाजू वाटली. त्याबाबत तेवीस एप्रिलला सुप्रीम कोर्टातून निकाल देण्यात येणार आहे. त्यासाठी चौदा वर्षे शिक्षा पूर्ण भोगलेल्या कैद्यांबाबत प्रत्येक राज्यातून संबंधित सचिवांकडे अहवाल मागविण्यात आलेले आहेत व बारा एप्रिल रोजी भारत सत्याग्रह दिवसाला दीडशे वर्षे पूर्ण होत असल्याने दिल्लीला कार्यक्रम आयोजित केला आहे. त्याच्या अध्यक्षा मा. सोनिया गांधी आहेत. त्यांना मी सर्व बंद्यांच्या वतीने विनंतीअर्ज सादर केलेला आहे. पाहू या कितपत यश पदरात पडते आहे!

आज महात्माजींच्या सत्याग्रहामुळेच आपल्या थोर साधू-संतांच्या भारतभूमीला स्वातंत्र्याचा सोनेरी मुकुट लाभला. त्यांचे सत्याचे विचार जनमानसात जाऊन पोहोचले. त्याच कालावधीत ब्रिटिश सरकारने अनेक वेळा महात्मा गांधींना तुरुंगात बंदिस्त केले; परंतु शांत न बसता, कुणालाही न जुमानता त्यांनी आपल्या लेखणीतून सत्याग्रह सुरूच ठेवला व सत्याच्या जोरावरच इंग्रजांना, ब्रिटिश साम्राज्याला 'सळो की पळो' करून सोडले. इंग्रज भुईसपाट होऊन हा आपला भारत देश स्वतंत्र झाला. परंतु दहा वर्षे शिक्षाधीन बंद्यांकडे कुणीही आपुलकीने पाहत नाही. म्हणजेच दहा वर्षांपासून केंद्र सरकारने व राज्य सरकारने आमच्याकडे पाठ फिरवली आहे. दहा वर्षांत एकदाही माफी दिलेली नाही. पूर्वी प्रत्येक स्वातंत्र्यदिनाला कैद्यांना माफी दिली जात होती; परंतु सध्या कैद्यांबाबत कुणीही विचार करीत नाही. एक प्रकारे कैद्यांना वाळीतच टाकल्याप्रमाणे वाटत आहे. आम्हाला आमच्या चिमण्या पाखरांत सुखाने राहण्यासाठी कुणी बंदिस्त कारागृहातील जीवनातून मुक्ततेचा मार्ग दाखवील का? माई, तुमचे 'जन्मठेप' पुस्तक पंधरा ऑगस्टला प्रसिद्ध होत आहे. त्याकरिता कैद्यांबाबत काही सत्य घटना आपल्या निदर्शनास आणू इच्छितो. योग्य वाटल्यास त्यातून आम्हाला मार्ग दाखववावा.

महाराष्ट्र राज्यात बावन्न कारागृहे आहेत. प्रत्येक कारागृहात कैद्यांची संख्या कारागृहाच्या क्षमतेपेक्षा दुप्पट आहे. वाढत्या लोकसंख्येबरोबर गुन्हेगारी वाढतच आहे. भ्रष्टाचार फोफावत चालला आहे. कारण जनतेची आर्थिक स्थिती दिवसेंदिवस कमकुवत होत चालली आहे. तसेच आपल्या भारत देशावर पश्चिमात्य देशांच्या

अवगुणांचा सापळा तयार होत आहे. त्यातूनच समाजाला नशेबाजी, जुगार, लेडीज बार ह्यासाठी आर्थिक पाठबळाकरिता कुणी खून, दरोडे, चोऱ्या, बलात्कार करत आहेत. त्यातूनच 'रेव्ह पार्टी' उदयास येत आहे.

परंतु पैशांच्या जोरावर व गुन्हेगारी साम्राज्यावर वर्चस्व असणारे लोक प्रत्येक केसमधून निर्दोष सुटून समाजात मोकाट वावरत आहेत. साक्षीदार लोकांना दादागिरीच्या जोरावर धमकविले जाते, म्हणजे ते साक्ष देत नाहीत. अथवा सरकारी वकिलांशी विरोध न करण्यासाठी पैशांची बोलणी केली जातात. त्यातूनच स्टँप घोटाळा उदयास येतो. मात्र कायद्याच्या कचाट्यात सापडतात ती फक्त मध्यमवर्गीय व गरीब जनता! कारण त्यांना गुन्हेगारी जगतातले ज्ञान नसते. दुसरे म्हणजे त्यांची आर्थिक परिस्थिती अत्यंत कमकुवत असते. त्या लोकांना मा. न्यायाधीश शिक्षा देऊन मोकळे होतात; तसेच पोलीस-अधिकारीही कोणतीही केस दाखल करताना घटना घडलेल्या गोष्टीचा सखोल अभ्यास न करता जी व्यक्ती मयत होते व जी व्यक्ती मारणारी असते, त्या दोन्ही व्यक्तींचा पूर्व इतिहास कधीच पाहत नाहीत. मात्र गुन्हा घडल्यानंतरची पार्श्वभूमी पाहिली जाते. नाण्याची एकच बाजू तपासण्यापेक्षा माझ्या मते नाण्याच्या दोन्ही बाजू तपासणे अत्यंत आवश्यक आहे. तरच सत्य उघडकीस येऊ शकेल. कारण समाजात अनेक प्रकारचे गुन्हे घडतात. म्हणून सर्वच दोषी आहेत का? महाराष्ट्रातील कारागृहांमध्ये असंख्य निरपराध लोक, ज्यांना केसबद्दल काहीही माहीत नाही व ते गुन्ह्यात नाहीत असे विनाकरण 'जन्मठेपेची' शिक्षा भोगत आहेत. कारागृहांमध्ये खरे गुन्हेगार दहा टक्के लोक आहेत व ज्यांच्याकडून कळत-नकळत पहिल्यांदाच गुन्हा घडला आहे अशी माणसे पंचावन्न टक्के आहेत. मनोरुग्ण परिस्थितीत गुन्हा घडलेले पाच टक्के लोक आहेत. ज्यांना काहीएक माहीत नाही, परंतु जे जन्मठेपेची शिक्षा भोगतात असे तीस टक्के लोक आहेत. सरासरी पाहिली, तर प्रत्येक व्यक्तीला 'जन्मठेपे'मध्ये पंधरा ते अठरा वर्षे (माफी वगळून) शिक्षा भोगावी लागते. तेवढी शिक्षा भोगेपर्यंत सरासरी पाहिली, तर सरकारला प्रत्येक कैद्यावर एक लाख ते दीड लाख खर्च करावा लागतो. म्हणजेच बावन्न कारागृहातील शिक्षाधीन कैद्यांचा खर्च 'महाराष्ट्र शासनाला' किती होत असेल याचा अंदाज आपणास येईल. ह्यापासून मयताला, मारणाऱ्याच्या घरच्यांना आणि राज्य सरकारला काही फायदा होतो का? नसेल तर हे कितपत योग्य आहे व शेवटी आरोपी शिक्षा भोगून सुटल्यावर विरोधकांच्या सोबत त्याचे वाद पुन्हा होणार नाहीत याची शाश्वती आहे का?

उदा. एका खुनाच्या केसमध्ये तेरा आरोपी असतात. मरणारी एकच व्यक्ती असते. तो हत्याराने, काठीने अथवा बंदुकीने मेलेला असतो. त्या केसमधील सर्व

आरोपींना मा. न्यायाधीश 'जन्मठेपेची' शिक्षा सुनवतात. तीच शिक्षा हायकोर्ट सुप्रिम कोर्ट कायम करते. हे कितपत योग्य आहे? कारण प्रत्येकाने त्या मारण्याच्या साधनाला हात लावलेला असतो का? जर एक जण मारेकरी असेल तर न्यायालय बारा आरोपींची घरे का उद्ध्वस्त करते? त्या शिक्षेमुळे अनेकांची घरे उद्ध्वस्त होतात. घरातील कर्ता पुरुष 'जन्मठेप' भोगत असल्यास घरातील कमविण्याचे काहीच साधन नसल्याने अनेकांच्या पत्नीकडे, बहिणीकडे, मुलींकडे समाजातील काही लोक वाईट नजरेने पाहू लागतात व त्यांना वाममार्गाकडे नेऊ पाहत असतात. कुणाची मुले–बाप जवळ नसल्याने ते वाईट संगतीला जाऊन चोऱ्या, दरोडे, खून करू लागतात.

कालांतराने कधी सोळा वर्षानंतर जेव्हा ते आरोपी शिक्षा भोगून आपल्या घरी येतात, तेव्हा हे भयानक दृश्य त्यांच्या समोर येते. त्या वेळी ते लोक केंद्र शासनाने व महाराष्ट्र शासनाने कारागृह खात्याला दिलेल्या सिंबॉलप्रमाणे (सुधारणा पुनर्वसन) वागतील का? तर ती जेलमधून शिक्षा भोगून सुटलेली सर्व माणसे समाजात परिपूर्ण गुन्हेगार बनून समाज बिघडवतील. कारण त्यांच्या मनात समाजासाठी सूडाची भावना तयार झालेली असेल. त्या वेळेस त्यांना कोणत्याही कायद्याची बेडी पकडू शकणार नाही. कारण कारागृहाच्या प्रत्येक गुन्ह्यातील लोकांकडून ज्ञान घेऊन सोळा ते अठरा वर्षांच्या शिक्षेतून ते बाहेर आलेले असतात. माझ्या मते, कारागृह हेच एकमेव जनरल नॉलेजचे कॉलेज आहे. तेथेच आपले-परकेपणाची जाणीव होते. सुख-दुःखाचे सोबती समजतात. जीवन जगण्याची कला अवगत होते. हे सर्व होत असताना एका गुन्ह्यापासून दोन कुटुंबे उद्ध्वस्त होतात. त्याचा आर्थिक फटका प्रत्येक राज्य सरकारलाही भोगावा लागतो. ह्यामुळे आजपर्यंत कधी कुणाला फायदा झाला का? ह्या गोष्टीबाबत कधी कुणी आराखडा काढला का? अगर कारागृहासाठी विनाकारण खर्च होणाऱ्या खर्चाचा हिशोब कुणी पाहिला का? अगर कोणत्याही मंत्र्यांनी मंडळात ठराव दाखल केला का? नाही. ह्या गोष्टीचा पारदर्शकपणे अभ्यास करणे फार जरुरीचे आहे. मग त्या कैद्याची सरकार कोणती सुधारणा करणार व त्याचे काय पुनर्वसन करणार? एखाद्या कैद्याने कळत-नकळत पहिल्यांदाच गुन्हा केला असल्यास सरकारने त्याला पुन्हा एक वेळ सुधारण्याची संधी दिली पाहिजे. त्याला निर्दोष सोडू नये, जेणेकरून त्याची चूक त्याला समजून आली पाहिजे. म्हणजे पुन्हा ती व्यक्ती समाजात कधीही चुकूनही गुन्हा करणार नाही. म्हणजेच त्या व्यक्तीला जन्मठेपेची शिक्षा असल्यास त्याला माफी वगळून चौदा वर्षे भोगायला लावले पाहिजे व त्याच व्यक्तीला दहा वर्षे झाल्यावर सुटायचे असल्यास त्या आरोपीची कारागृहातील वर्तणूक लक्षात घेऊन त्याच्या घरातील आर्थिक परिस्थितीनुसार

पुढील चार वर्षाच्या शिक्षेचे रूपांतर दंडाच्या स्वरूपात करावे व ते पैसे मयताच्या कुटुंबाना देण्यात यावेत. म्हणजे सरकारचा त्या कैद्यावरील चार वर्षांचा खर्च वाचेल; आरोपीने दहा वर्षे शिक्षा भोगूनही काहीतरी रक्कम दिल्यामुळे विरोधकांना एकमेकांबद्दलचा द्वेष राहणार नाही व आरोपी दहा वर्षे शिक्षा भोगून स्वत:च्या कुटुंबात व्यवस्थित जीवन जगेल. ह्यातच खऱ्या अर्थाने त्या व्यक्तीच्या जीवनात सुधारणा घडून त्याचे पुनर्वसन होऊ शकेल. जर असे होणार नसेल, तर सरकारने कृपया कारागृह-विभागाला दिलेला सुधारणा पुनर्वसन सिंबॉल बदलून कारागृह विभाग हे बोधचिन्ह ठेवावे.

माई, तुम्ही आमच्या माता असल्याने तुम्ही आमच्या व्यथा, दु:ख जाणून सत्शील विचार कृपया शक्यतो जास्तीत जास्त वर्तमानपत्रांत प्रसिद्ध करावेत, जेणेकरून समाजातील लोकांची ह्यावरील प्रतिक्रिया काय असेल हे मला जाणून घेता येईल. माझे विचार समाजात पोचवण्याचे माझे ध्येय तुम्हीच पूर्ण करू शकता. कारण प्रत्येक मुलाला लागलेली कळ त्याच्या मातेला पोचते.

आपला विश्वासू,

(संजय कांबळे) सी / ११४७५

■ ■ ■

नीलिमा पंडित

पत्रं - धाकट्या मैत्रिणीची

८ मार्च २००५

मी बेंद्रेसाहेबांचा नंबर शोधत होते. मुलाखतीसाठी. शेवटी एकदाचा मिळाला. भेटीची वेळ ठरली. जागा - कल्याण कारागृह. 'सप्रेम' नावाच्या संस्थेनं मला नेण्याची जबाबदारी स्वीकारली. यात काम करणारी मुलं सामाजिक कार्याचा वसा घेतलेली आहेत. त्यांचे अनेक उपक्रम आहेत. त्यात जेलच्या लोकांसाठी सांस्कृतिक कार्यक्रम करणं हा एक भाग आहे.

मी 'आधारवाडी' जेलला पोचले. ही आधारवाडी मला अंधारवाडीच वाटली! कदाचित प्रकाशाची पावलं उमटावीत म्हणूनच विजय बेंद्रे साहेबांना इथं आणलं असावं.

आतल्या प्रशस्त मोकळ्या जागेत जाजमावर दोन-अडिचशे बायका बसल्या होत्या, टेबल-खुर्ची होती. कार्यक्रमाचा सगळा सरंजाम होता.

तेवढ्यात बेंद्रेसाहेब आले. 'सप्रेम'च्या श्री. विजय गमरे यांनी प्रास्ताविक केलं, तर सामाजिक कार्यकर्ते श्री. बोरसे यांनी गौरवाचं भाषण केलं. माझ्या डोक्यात लख्ख प्रकाश पडला. 'आज आठ मार्च. म्हणून या लोकांनी आजचा दिवस ठरवला तर!' विजय बेंद्रे साहेबांच्या हस्ते मला सुरेख मानपत्र दिलं गेलं. बेंद्रे साहेब बोलायला उठले आणि सेल वाजला. पाचच मिनिटांत भाषण आटोपून ते धावतच बाहेर पडले.

या सर्व प्रकारात मी निरीक्षण करत होते. कुणाच्या नजरेत उत्सुकता, तर कुणी डोळे मिटून ध्यानस्त बसलेल्या. कुणी पेंगत होत्या, तर कुणी माझं भाषण ऐकायला पुढे पुढे होत होत्या. माझं लक्ष पुढच्या रांगेतल्या मुलींवर होतं. एक शिरीन जरीवाला, दुसरी नमिता, तिसरी रंजिता. माझे डोळे स्थिरावले ते नीलिमा पंडितवर. ती माझ्याकडे पाहत होती.

अरे, किती गोड मुलगी! या इथल्या वातावरणात, साध्या पंजाबी ड्रेसमध्येही कशी छान वाटत होती! तिनं आपली ओळख करून दिली, "मी वकील आहे." चांगल्या घरातल्या, शिकलेल्या या मुलीनं खून...? माझा विश्वासच बसेना. कसं शक्य आहे?

घरी आले तरी डोक्यात तेच. पंधरा दिवसांनी तिचं पत्र आलं. उत्तर पाठवावंसं वाटेचना. पुन्हा तिचं पत्र. नीलिमाच्या विचारानं मी झपाटले होते. न राहवून मी बेंद्रेसाहेबांना फोन केला. ते हसले. म्हणाले, "केस बोर्डावर आहे. बघू काय होतं ते!" आमचा पत्रव्यवहार चालू झाला.

।।हरि ॐ।।

२१.३.२००६

कल्याण कारागृह

ती. सौ. गिरिजा माईंना नीलिमा पंडितचा साष्टांग नमस्कार!

कल्याण कारागृहात आठ मार्च रोजी आपण येऊन गेलात व मनात घर करून गेलात. एक जिव्हाळ्याचे नाते निर्माण करून गेलात. माई, खरंच तुमच्या बोलण्यात, तुमच्या शब्दांत ओढ वाटली.

मी पुण्याची. आई-वडिलांच्या छायेत वाढलेली. कधी ऊन-पावसाळे पाहिले नाहीत. कधी कसली कमतरता जाणवली नाही, पण माझ्याच काही पापकर्मांमुळे आज हे दिवस बघत आहे. मी इथे जेलमध्ये आल्यावर एक महिन्यातच माझी आई Heart Attack ने वारली व एक पोकळी निर्माण झाली. तुमच्याशी बोलताना त्या दिवशा माझ्या आईचे रूप समोर दिसत होते. तुमचे शब्द एकदम ह्दयाला भिडत होते.

पण इथे इतका काळ राहिल्यानंतर मी माझ्या emotions वर मात करायला शिकले आहे. ह्या भिंतींतच खरे दर्शन झाले – जगाचे, नातेवाइकांचे! माई, सख्खा, रक्ताचा एकुलता एक भाऊ आहे मला, पण तोपण यायचे टाळतो. माझे किंवा माझ्यासाठी झटणारे फक्त माझे वडिल आहेत पुण्याला, पण वयोमानाप्रमाणे तेही आता थकले आहेत. आई वारल्यानंतर तेही मानसिकदृष्ट्या खूप depressed आहेत.

माई, तुम्हाला एकच request आहे की, माझे हे पत्र आपल्याला मिळाल्यानंतर

आपल्या busy schedule मधून वेळात वेळ काढून मला एखादे पत्र पाठवा. बाहेरच्या जगात त्या पत्रांचे महत्त्व कळत नव्हते, पण इथे आपल्या नावाचा एखादा कागदाचा चिटोरापण जीवात जीव आणतो आणि त्यातल्या शब्दांच्या आधारानेच दिवस निघतात. माई, तुमच्याबरोबरचे नाते मला कायम जपायचे आहे. मी इथे असेन किंवा सुटून जाईन, पण तुमच्याबरोबर नेहमी पत्रव्यवहार चालू ठेवेन, पण तुमचे मला एखादे पत्र आले तरच!

।।हरि ॐ।।

३.४.२००६
सोमवार

सौ. माईंना नीलिमाचा साष्टांग नमस्कार!

माई, माझ्या पत्रावरून आपण मला नक्की ओळखले असेल ना? कारण समोरच्या माणसाला ताडण्याची नजर आपल्याकडे आहे. मी मागच्या महिन्यात आपल्याला असेच पत्र पाठवले होते. ते आपल्याला मिळाले नसेल. मिळाले असते, तर आपण वेळात वेळ काढून नक्की मला दोन ओळींचे का होईना, पण पत्र टाकले असतेत. असो.

माई, मी कल्याण जेलला आल्यावर एक महिन्यातच माझी आई वारली. त्या वेळेपासून मी मायेच्या एका शब्दाला पारखी झाले, पण तुमच्या शब्दांनी माझ्या मनाला पाझर फुटला.

माई, असे का होते की, आपल्या जवळची माणसे, जिवलग मैत्रिणी जीव लावतात आणि दूर निघून जातात. माझी इथे खूप जणांशी मैत्री झाली, पण ज्या अगदी जवळच्या होत्या त्या अशा गेल्या की, परत भेटल्या नाहीत. माझ्या बाबतीत नेहमी असे होते. एकतर मला फसवणाऱ्या मैत्रिणी भेटतात आणि नाहीतर ज्या जीव लावतात, त्या दूर निघून जातात (काही कारणांनी). त्यामुळे आता कोणाला जीव लावून कोणात गुंतायचीपण भीती वाटते की ही आपल्यापासून दूर तर निघून जाणार नाही ना? आपले मन कायम एक असा खांदा शोधत असते की, ज्यावर आपल्या मनावरचे दडपण कमी होईल. पण प्रत्येकालाच असे भाग्य लाभत नाही. खरे नाते, मग मैत्रीचे असो वा आपल्यासारखे माईचे व मुलीचे, आपल्याला संकटातून तारून नेते. संकटे तर शेवटच्या श्वासापर्यंत येतच राहणार, पण अशी काही अतूट नाती आपल्याबरोबर जन्मोजन्मी साथ देतात. ही नाती, ही ओढ फक्त या जन्मापुरतीच मर्यादित नसून आपल्या आत्म्याशी नाते निर्माण करतात. म्हणून असे बऱ्याच वेळा अनुभवास येते की, एखाद्या व्यक्तीला पाहिल्याबरोबरच आपण फार पूर्वीची ओळख असल्यासारखे वागतो!

आपल्या शब्दांच्या आधारेच मी पुढचे दिवस काढू शकेन. तुमच्या पत्राची वाट पाहतेय.

आपलीच नीलिमा.

माई, मी जेलमध्ये आल्यावरच खरी शहाणी झाले. डिग्री घेऊन मी फक्त पुस्तकी ज्ञान मिळवले, पण माणसे ओळखायला मला अजूनही जमत नाही. इथे आल्यावर खूप शिकले, यावर माझा पूर्ण विश्वास आहे. प्रत्येक घटनेतून काहीतरी नवीन शिकायला मिळते. मुख्य म्हणजे मोह, राग या विकारांवर मी पूर्ण control करू शकत आहे. patience ठेवला आहे, श्रद्धा आहे व प्रबळ इच्छाशक्ती आहे की, जितके आपले नाव बदनाम झाले आहे, तितकेच नाव चमकेपर्यंत ध्येय गाठायचे. ज्या लोकांनी नावे ठेवायचा प्रयत्न केला त्यांच्याच तोंडातून माझे कौतुक निघाले पाहिजे. मी कृष्णमूर्ती ज्योतिषाचा अभ्यास केला व त्यामध्ये मला वास्तुशास्त्रात माननीय श्री. मंगेश पाडगावकर यांच्या हस्ते पहिले बक्षीस मिळाले होते. ते सगळे आठवले की, जीव गुदमरतो. कशी स्वप्ने बघितली होती आणि आज कुठे आहोत! मी तुम्हाला सर्वकाही सांगेन आणि सांगणारच; पण या केसमधून निर्दोष बाहेर पडल्यावर. डोक्यावरचे ओझे उतरल्यावर मी तुम्हाला भेटायला येणार आहे. येऊ ना?

माई, जेव्हा ही घटना घडली ना, तेव्हा प्रेसवाल्यांनी इतके खराब छापले होते पेपर व मासिकात, की ते वाचून मनाला जखम झाली. इतकी वर्षे आपण आपली इज्जत सांभाळण्यासाठी इतके झटतो आणि एका क्षणात ती अशी चव्हाट्यावर मांडतात हे प्रेसवाले! केवळ त्यांच्या मासिकांचा खप वाढवण्यासाठी! म्हणून माई मी त्या ओघात असे लिहिले. तुम्ही माझ्यावर अशा रागावू नका. मी तुमची क्षमा मागते. तुम्हाला दुखवावे असे कधीच मला वाटणार नाही. हे पत्र मिळताच तुमच्या दोन ओळींच्या पत्राची मी आतुरतेने वाट पाहत आहे.

सध्या इथे आता कंटाळा आलाय. माई, मुलाची - हर्षलची खूप आठवण येते. त्याला दोन वर्षे झाली बघितले नाही. केव्हा त्याला एकदा डोळे भरून बघेन असे झालेय.

माई, तुम्ही तब्येतीची काळजी घ्या. तुमच्या इथे पाऊस कसा आहे? हे पत्र पोहोचेपर्यंत पाऊस कमी झाला असेल!

बाकी मी ठीक आहे. तुमच्या पत्राची खूप खूप आतुरतेने वाट पाहत आहे. पत्र पाठवा.

माई तुमची Birth Date सांगा ना!

■ ■ ■

कुमार शिंदे

कुमार शिंदेचं असं का झालं?

अलिबागहून संजय कांबळेचा फोन आला, ''कुमारला अचानक पॅरलिसिसचा अटॅक आला आहे. तो अगदी अंथरुणावर खिळून आहे. सारखा रडतो आणि मरणाची भाषा करतो. आमच्याबरोबर हिंडता-फिरता माणूस आणि काय घडलं बघा! माई, कसंही करून तुम्ही त्याला भेटा. त्याला खूप बरं वाटेल.''

त्याच दिवशी नीलेश जोशीचं पत्र आलं. पत्रात त्यानं कुमारच्या आजाराचं लिहिलं होतं. तो खूप निराश झाल्याचंही कळवलं होतं. दर महिन्याला पुण्याला फेरी मारणं मला वयामुळं शक्य नव्हतं. शिवाय खर्चाचा प्रश्नही होताच. माझ्या लेखनाची कामंही बाजूला पडायची. काय करावं कळेना.

तसं पाहिलं तर या वर्षभरात कुमार मला भेटलाच नव्हता. दोन वेळा तो ड्युटीवर असल्यामुळं माझी चुकामूक झाली होती. मग वाटलं, कदाचित तो आपल्या व्यापात असेल. आठवण झाली की, माईला पत्र टाकेल आणि आता हे काहीतरी वेगळंच कानावर आलं. घाईत इथली कामं आवरली आणि येरवडा जेलला जाऊन ठेपले.

बरोबर सव्वा अकरा वाजता गांधी यार्डात धावत धावत मुलं आली. संतोष, संजय, नीलेश, वसंता सर्वांच्या चेहऱ्यावर आनंद भरून राहिला होता. हाक मारल्याबरोबर त्यांची माई आली होती ना! आम्ही कोंडाळं करून बसलो. चार-पाच नवीन चेहरे होते. त्यांची ओळख करून घेतली. त्यांच्यावरचे आरोप आणि एकूण

हकिकत ऐकून घेतली. एका कवीनं एका दीर्घ कवितेतून आपली व्यथा ऐकवली. कविता चांगली होती. मनाला भिडणारी होती. ते गृहस्थ शिक्षक होते आणि सध्या आत्मचरित्र लिहीत होते असं कळलं. पत्नीच्यात आणि त्यांच्यात निर्माण झालेलं वैमनस्य, त्यातून सूडाच्या भावनेनं तिनं केलेले आरोप आणि त्याचे परिणाम म्हणजे ही शिक्षा! तिच्या बाजूनं सबळ पुरावा आणि स्त्रीच्या बाजूनं कायदा या दोन्हीमुळं अनाठायी वाट्याला आलेले भोग हे सर्वच ते सांगत होते. वसंता म्हणाला, "माई, हा माणूस निर्दोष आहे. याच्या हातून वाईट गोष्ट घडणंचं शक्य नाही. मी याला अनेक वर्षं आळखतो." बाकीचे खाली मान घालून गप्प होते.

एवढ्यात पुण्याचे नगराध्यक्ष आपल्या ताफ्यासह आले. प्रथम महात्माजींच्या पुतळ्याला वंदन केलं आणि मग सर्व दिवंगत नेत्यांना अभिवादन करून ते जायला निघाले. तेवढ्यात धावत जाऊन मी त्यांना गाठलं आणि म्हणाले, "आपण दिवंगत नेत्यांचं दर्शन घेतलंत. आता जिवंतपणी शिक्षा भोगणाऱ्या माझ्या या कैदी मुलांना दर्शन द्या. त्यांच्याशी बोला."

ते खुर्चीवर स्थानापन्न झाले. आपल्या योजना मुलांना समजावून सांगितल्या. कैदेतून सुटल्यावर, कैद्यांच्या उपजीविकेचं साधन त्यांची संस्था उपलब्ध करून देते, जरुरीप्रमाणे नोकरी मिळवून देते वगैरे माहिती सांगितली. काही जणांनी घाईघाईत त्यांची कार्डं मागितली. मी सांगितलं, "तुमच्या संस्थेची माहिती आणि कार्य याचं पत्रक मला कृपया पाठवा. त्यात आपला पत्ता आणि दूरध्वनी क्रमांक असेलच." या गोष्टीला वीस महिने उलटून गेले. मला अद्याप नगराध्यक्ष साहेबांकडून कोणतेही कागदपत्र मिळालेले नाहीत. असो.

मंडळी निघून गेली. एवढ्यात कुमारला स्ट्रेचरवर घालून आणण्यात आलं. मी जवळ जाऊन बसले. हा कुमार कुणी वेगळाच होता. अर्धांगानं त्यांचं रूपच बदलून गेलं होतं. शरीराची जुडी झाली होती. गाल बसले होते. त्यामुळं दात पुढे आल्यासारखे वाटत होते. तो आतून ढवळून निघाला होता. मला बघून त्याला खूप मोठ्यानं रडावंसं वाटत होतं. पण त्याच वेळी अशा अवस्थेत माझ्यासमोर आल्याचं अपार दुःखही होत होतं. त्याचा चेहरा कसनुसा होत होता; पण डोळ्यांतून आसवं ओघळत नव्हती.

मी हळूच त्याच्या तोंडावर हात फिरवला आणि म्हटलं, "तू बरा होणार आहेस. रडायचं नाहीच. आपल्या अपराधाची शिक्षा आपण भोगली. आता त्यातून मोकळं व्हायचं आणि चांगलं आयुष्य जगायचं." त्यानं मान हलवली.

"तू शहाणा मुलगा आहेस. कुठलाही गैर विचार मनात आणायचा नाही. एक मनुष्यजन्म मिळतो तो जगण्यासाठी, संपवण्यासाठी नव्हे. हिम्मत हरू नकोस. कबूल कर मला." त्याच्या दुबळ्या हातावर मी हात ठेवला. पाच मिनिटांची वेळ

संपली. त्याचा स्ट्रेचर नजरेआड गेला.

"त्याला मालिश करायला सांगितलंय." एक जण म्हणाला.

"मी महानारायण तेल पाठवते." '

'पण माई, मालिशची नीट माहिती आम्हाला कोण देईल?"

"मी शोधून चांगलं पुस्तक पाठवून देईन. तेल पाठवायला परवानगी नाही मिळाली, तरी पुस्तक नक्की पाठवते. निदान खोबरेल तेलानं मालिश करा. कोण करेल?"

"आम्ही करू" चार-पाच जण एकदम म्हणाले.

मी मुंबईला परतले ती त्याची काळजी करत आणि दोन दिवसांत मलाच अपघात झाला. (एका कारनं धक्का दिला.) बॅण्डेज सुटलं की या कामामागं लागायचं आहे. मुलं वाट बघत असतील, "माई दिलेला शब्द पाळल्याशिवाय राहणार नाही." आणि माझाही जीव अडकलाय. शेवटी मी त्या मुलांची माई आहे. त्यांच्यासाठी जे करता येईल ते करणार आहे. सद्वर्तन आणि सुविचार यांनी भरलेली मुलं मला समाजाला द्यायची आहेत.

■ ■ ■

आणि संजयचं पत्र

संजय कांबळेचं ऑर्थर रोड जेल, मुंबईमधून पत्र आलंय. ते छापण्यासाठी नाहीये; पण त्याची मतं, तक्रारी, वेदना तो माझ्याखेरीज आणखी कुणाला सांगणार?

कैद्यांचीही काही बाजू आहे हे वरिष्ठांना कळायला हवं. जनतेलाही त्यांचं मन कळायला हवं, या एकाच हेतूनं हे पत्र मी प्रसिद्ध करते आहे. अधिकारिवर्गानीही मनात राग न धरता, आपण त्यांचे पालक आहोत या सहृदय भावनेनं या पत्राकडे पाहावं. ही केवळ तक्रार नाही. ही त्यांच्या मनातली ठसठसणारी वेदना आहे. हे पत्र संजय कांबळेचं असलं, तरी ते प्रतिनिधिक आहे. अन्य कैद्यांच्याही भावनेला त्यानं शब्दरूप दिलं आहे.

।। श्री ।।

तीर्थरूप पूजनीय माई,
दि. १३-७-२००८

तुमच्या थोर चरणी तुमच्या पुत्रासमान संजय कांबळेचे सप्रेम साष्टांग नमस्कार वि. वि.

'पुसणारं कुणी असेल, तर डोळे भरून यायला अर्थ आहे; आणि कुणाचेही डोळे भरणार नसतील, तर मरणही व्यर्थ आहे.' ह्या गोष्टीची मला आज जाणीव होत आहे. कारण येथील अनेक बंदी-बांधवांच्या हातून क्षुल्लक कारणाने, गरिबीमुळे, अन्यायामुळे आणि रागाच्या भरात कोणता ना कोणता गुन्हा घडलेला आहे. त्यामुळे त्या बंद्यांकडे गुन्हेगार दृष्टीने पाहिले जात आहे. क्षणिक चुकीमुळे अनेकांची घरे उद्ध्वस्त होतात. 'क्षणिक राग आणि भीक माग' हे प्रत्येक बंद्याच्या जीवनात घडू लागते. त्याचे स्वावलंबी जीवन परावलंबी बनून जाते. घरातल्यांची टोचणारी बोलणी त्याच्या वाट्याला येतात. कालांतराने त्या बंद्याचे सर्व नातेवाईक, मित्र, सगे-सोबती त्याच्याकडे पाठ फिरवून निघून जातात. त्या वेळी त्याच्या सोबतीला राहते ते फक्त दु:ख आणि दु:ख! अशा परिस्थितीत समाजही त्याला गुन्हेगार मानून एक प्रकारे वाळीत टाकून देतो. तो बंदी प्रशासनाने दिलेल्या हक्कानुसार रजेवर जाऊन नियत वेळेत कारागृहात कोणत्याही कायद्याचे उल्लंघन न करता हजर होतो. ही त्याची महत्त्वाची पोचपावती आहे. असे अनेक वेळा रजेवर जाऊन पुन्हा कारागृहात हजर होऊनही स्थानिक पो. स्टेशनचे पोलीसअधिकारी त्या बंद्याबाबत पोलीस-अहवाल प्रतिकूल पाठवितात व त्या बंद्याच्या भावना, व्यथा, दु:ख न जाणून घेता त्यांना शासनातर्फे रजेसाठी दिलेल्या अधिकाराची पायमल्ली होत राहते. तसेच कारागृह प्रशासनाचे जे पूर्वी मा. कारागृह उपमहानिरीक्षक साहेब असत, त्यांना बंद्यांची जाणीव असे, कारण ते कारागृहामधील अधिकारी होऊन बढती घेऊन डी. आय. जी. झालेले असत. त्यांना प्रत्येक बंद्याची पारख असे. जास्त काळ ते बंद्यांमध्ये वावरलेले असत, त्यामुळे ते प्रत्येक बंद्याचे दु:ख जाणत होते, परंतु आता त्या जागेवर IPS अधिकारी नेमल्याने ते फक्त प्रत्येक बंद्याला 'गुन्हेगार' या दृष्टीने पाहतात. कारण ते बाहेरील पोलीस-अधिकारी असतात. त्यांनीच ह्या केसेस तयार केलेल्या असतात. त्यामुळे त्यांना बंद्यांच्या भावनांची, दु:खाची कदरच नसते व कधीही ते बंद्यांची भेट घेऊन त्यांच्या अडीअडचणींची विचारपूससुद्धा करीत नाहीत, हे कितपत योग्य आहे? व सुधारणा, पुनर्वसनाला

काय अर्थ आहे?

'माणसाला मनुष्य मानून त्याला माणसाप्रमाणे वागणूक देणे हा मनुष्यधर्म होय' हे IPS अधिकाऱ्यांना कोण समजावून सांगेल?

आजपर्यंत माझ्या दहा वर्षांच्या शिक्षाकालावधीत आम्हा बंद्यांचे दुःख जाणून आमच्यावर मायेचे पांघरूण घातले, ते एकमेव माई तुम्हीच! खरेतर प्रत्येक मुलाला लागलेल्या ठेचांची वेदना त्याच्या आईलाच कळते. जसे आईचे ऋण कशाही प्रकारे फेडता येत नाहीत त्याप्रमाणे तुमचे ऋण आमच्याकडून कधीही फेडता येणार नाहीत. तुम्ही आमच्यासाठी आई, माता, जननी (माई) आहात.

तुम्ही पाठवलेले पत्र मला दोन दिवसांपूर्वी मिळाले. अत्यानंद झाला. तुम्ही महिन्यातून एकदा मला भेटायला खरेच आलात, तर मी स्वत:ला खूप भाग्यवान समजेन. आता तुमची तब्येत कशी आहे? तब्येतीला जपणे. तब्येतीची काळजी घेणे.

माई, पुढील महिन्यात तुम्ही जरूर माझ्या भेटीला येणे. मी माझ्या येथील मित्रांची व ज्यांनी मला वेळोवेळी चांगले मार्गदर्शन केले असे आमचे श्री. शेडगे साहेब, श्री. चिकणे साहेब आणि श्री. बहादूर दादा यांची ओळख करून देईन. महत्त्वाचे म्हणजे येथील सर्व अधिकारीवर्ग, स्टाफवर्ग खूप चांगला आहे. माई, जसा घरचा पाया मजबूत असतो, तेव्हा ते घर मजबूत असते आणि ज्याप्रमाणे सेनेचा सेनापती असतो त्याप्रमाणे फौज भक्कम असते. अशा आमच्या कारागृहाच्या मा. अधिक्षक मॅडम आहेत. त्या नेहमी आमच्या हक्कासाठी झटत असतात.

माई, तुम्हीसुद्धा त्यांची भेट घेतल्यावर तुम्हाला मॅडमचा स्वभाव आवडेल. त्याचप्रमाणे ऑगस्टच्या तीस तारखेला दादरला मातृदिन साजरा होणार आहे व त्याच्या अध्यक्षा तुम्ही आहात हे वाचून खूप आनंद झाला.

मॅडम तुम्हाला भेटीची परवानगी देतीलच, नाहीतर तुम्ही आय.जी साहेबांची परवानगी घेऊन येणे. जेलचा गेटमधील फोन नं. २३०७७३७२ असा आहे. त्या फोनवर तुम्ही मॅडमसोबत बोलू शकता. येताना छायाचित्रकार व पत्रकार घेऊन येणे. बाकी तुमच्या आशीर्वादाने ठीक आहे.

माई, मला काहीएक नको. मी येथून लवकरात लवकर सुटण्यासाठी मला तुमचे शुभ-आशीर्वाद हवे आहेत आणि येताना तुम्ही लिहिलेली चार-पाच पुस्तके मला घेऊन येणे. परवानगी आहे म्हणण्यास मी खूपच लहान आहे. तो तर तुमचा हक्क आहे. जास्त काही लिहीत नाही.

माई, माझी पत्नी माझ्यावर थोडीफार रागावली आहे. तरी कृपया तुम्ही तिला फोन करून व्यवस्थित समजाविणे.

(सौ. सायली संजय कांबळे - ९३२५४२०५९१)

पत्रामध्ये मज आज्ञानाकडून काहीएक चुकले असल्यास क्षमस्व!

तुमचा मानसपुत्र
संजय ज. कांबळे

सायलीला आत्ताच फोन केलाय, दिलजमाई करायला. ती हसतेच आहे. मी गणपतीत तिच्या घरी जाणाराय – दोघांचा सुखाचा संसार बघायला. ही मुलं आयुष्यात सुखी व्हावीत, पुन्हा संसारी व्हावीत हीच माझी धडपड! समाजाने त्यांना प्रेमाने स्वीकारावं ही इच्छा.

■ ■ ■

वसंताचं घर

ते छत्तीस तास

मी संगमनेरला जायला निघाले होते. किती विचित्र योगायोग! संगमनेरला मी वसंत बंदावणेच्या घरी जायला निघालेय. वसंता हा येरवडा जेल, पुणे इथला कैदी. गेली नऊ वर्षं त्यांना जीवनाभिमुख करण्याचं काम मी करते आहे. मी ज्या सात मुलांना निवडलंय त्यातलाच एक वसंता.

नीलेश जोशीपण तिथं येणार होता. म्हणजे माझे दोन्ही मानसपुत्र मला भेटणार होते. प्रथम असं ठरलं होतं की, पॅरोलवर घरी जाण्यापूर्वी ती दोघं मला मुंबईला भेटणार होती. आम्ही 'जोधा-अकबर' पाहायला जाणार होतो. वसंताच्या मुलानं त्या बोलपटासाठी सेट डिझायनरचं काम केलंय. तुरुंगातल्या बापानं ते फक्त वृत्तपत्रांत वाचलंय. तेव्हा त्याचं मला ऊर भरून पत्र आलं होतं. ते माझ्या लक्षात होतं. नंतर त्या दोघांना मला समुद्राच्या अथांग स्वरूपाचं दर्शन घडवायचं होतं. समुद्राच्या पोटात किती अन् काय काय दडलेलं असतं! अनेकांची पापं, अनेकांचे अश्रू. तो गणपतीची मूर्ती प्रेमानं पोटात घेतो अन् त्याबरोबर अनेक भाविकांची श्रद्धा! अनेकांच्या अस्थींना आपल्यात सामावून घेतो. देवावर वाहिलेली फुलं आणि प्रेतावरही वाहिलेली त्याच्या उदरात गडप होतात. आकाशाचं रूप आपल्या हृदयावर कोरून ठेवणाऱ्या समुद्राला डोळ्यांत साठवणं हा एक अनुभव आहे. तो या मुलांनी घ्यायलाच हवा आणि हा अनुभव घेता घेताच स् ऽऽऽ करत नाकडोळे पुसत पुसत मस्त भेळही खायला हवी.

माझ्या परीनं मी ठरवत होते. तेवढ्यात वसंताचा फोन आला –

"कुठून बोलतोयस?"

"घरून. मी सरळ घरीच आलो संगमनेरला."

"आणि नीलेश?"

"तो बी.ए.ला बसलाय. शेवटचे दोन पेपर्स देऊन तो इकडेच येतोय. माई, तुम्ही इकडे याल?"

"कुठे? संगमनेरला? कठीण आहे रे!"

"का? नाशिकला आम्ही घ्यायला येऊ. तुम्ही काळजी करू नका. तुम्हाला जपून आणू. तुमच्या मुलाचं घर बघा. घरची माणसंपण तुम्हाला भेटायला आतुर आहेत."

मी विचारात पडले. याच्या मनात असं तर आलं नसेल; ही माई तुरुंगापुरती येते-भेटते, प्रेमानं बोलते; पण बाहेरच्या जगात संपर्क नको. आपल्याकडे ही येते का पाहू या. तसं असेल, तर माझी कसोटी होती. कारण या मुलांना मी माझ्या घरी बोलवू शकत नव्हते. माझं हे समाजकार्य घरी कुणालाही मान्य नाही. "तू असले आडविषय का निवडतेस? सगळ्यांनाच टेन्शन."

"जे जग मला जाणून घ्यावंसं वाटतं तिथं मी प्रवेश करते. तुम्ही का टेन्शन घेता? मी घर आणि दार नेहमीच वेगळं ठेवलंय. ते वेगळं जग माझं एकटीचं असेल; गिरिजा कीर या लेखिकेचं. त्याचे बरे-वाईट परिणाम मी भोगणार आहे. माणसाच्या चांगुलपणावर माझा विश्वास आहे. तोच आधार घेऊन मी हा विषय निवडलाय. माझ्यातली मातृत्वाची शक्ती मी इथं पणाला लावणार आहे. आणि समाजात जागृती करण्यासाठी प्रयत्न करणार आहे."

घरापासूनच विरोधाला सुरुवात झालीये, पण मी हार मानली नाही. पदरचा खर्च करून मी गेली नऊ वर्षं फिरतेच आहे. येरवडा जेल, आग्वाद जेल – गोवा, आधारवाडी कल्याण आणि आता औरंगाबाद आणि पैठण जेल. आताचा प्रश्न आणखी वेगळा होता. वसंत बंदावणे याला मी जेलच्या गजाआडच भेटले होते. आता त्याच्या घरी जायचं होतं.

कशी असतील ही माणसं? आपलं येणं त्यांना आवडेल? पुन्हा वसंताच्या घरी धाकटी पाती - थोरली पाती. त्या दोघींचं एकमेकींशी नातं कसं असेल? त्याच्या आईची मनस्थिती कशी असेल? नीलेशनं त्या घराचं खूप छान चित्र उभं केलंय. त्याला स्वत:ला हक्काचं घरच नाही. वसंताच्या मुलांचा तो मामा. ही माणसं एकमेकांना धरून कशी राहत असतील? त्यातून गावातले लोक त्याच्याशी कसे वागत असतील? हजार प्रश्न. डोक्याच्या चिंध्या झाल्यायत. "मी जातेय. दोन दिवसांनी येईन." एवढं सांगून मी गाडीत चढले.

गाडीत माझी मलाच सोबत आणि मन विस्कटून टाकणारे विचार! आजवर मी समजत होते, मला ही मुलं समजलीयेत; पण आज अनेक उलटसुलट गोष्टी डोक्यात थैमान घालतायत -

घरची माणसं यांचं स्वागत करत असतील? तिरस्कार तर करत नसतील? त्यातून मी त्यांच्या घरात एक दिवस काढणार. आवडेल त्या सर्वांना? इतर कैद्यांचीही आठवण आली.

सुहास जोशीची व्यथा निराळी, संजय कांबळेची हकिकत वेगळी, नीलेशची तर आणखीन जगावेगळी कहाणी! नीलिमा इथून सुटलीये; पण बावरलेली, जगाला तोंड द्यायला तयार नसलेली. पुन्हा नात्यातला गुंता जास्तच बिकट! वसंताच्या घरी काय असेल? मी इथं येण्याचा निर्णय घेण्यात चूक तर नाही ना केली?

नाशिक रोडवर निलेश मला घ्यायला आला. तो उत्साहात होता आणि मी विंवचनेत. कुणीतरी माझ्यासाठी आपली गाडी दिली होती. वसंताचं घर माझ्या नजरेपुढे नव्हतंच. झोपडपट्टीपासून ते बंगल्यापर्यंत सर्व शक्यता मनात येऊन गेल्या.

दाराशी गाडी थांबली. एकमजली घर. बाहेर अंगण. मी आत शिरले. उजव्या हाताला दोन पुतळे उभे होते. एक शिपाई आणि दुसरा यक्ष. शिपायाला पाठीवर वार केला असावा. तो दुभंगला होता. यक्षाला हात नव्हते. शापित यक्ष! कुंपणाला लागून गुलमोहर डौलात उभा होता. बाजूला पारिजात, लिंबोणी, मागच्या दारची मेंदी लाजून डोकवत होती. घर मोठं होतं, पण तो वाडा नव्हता. बंगला तर नव्हताच नव्हता. ते घरं होतं. मुला-माणसांनी भरलेलं. तरी वसंतानं परवा काळजीनं विचारलं होतं, ‘‘माझ्या घरीच उतराल?’’

‘‘नको रे, घरच्यांना त्रास. मी एखाद्या हॉटेलात...’’ तेवढ्यात वंदनानं फोन हातात घेतला, ‘‘माई, आपलं घर असताना बाहेर नाही उतरायचं. तुमचं काही पथ्यपाणी असेल तर सांगा.’’

‘‘तसं काही नाही. वसंता पंधरा दिवसांकरता आलाय, त्याचं कराल की माझ्यावर लक्ष ठेवाल?’’

‘‘तुम्ही घरीच या. मग पुढचं पुढे.’’ तिच्याही मनात शंका डोकावलीच असेल; ही बाई आपल्या कुटुंबात एकरूप होईल की...?

पुन्हा वसंताचा फोन आलाच, ‘‘घरी व्यवस्था होईल बरं का माई. तरी रेस्ट हाऊसमध्येही सांगून ठेवलंय. तुम्हाला आवडेल तिथं राहा.’’

आणि आज मी येऊन ठेपले होते. घरात पाऊल टाकलं आणि डोईवरचा पदर सांभाळत, नऊवारीतली वसंताची माय समोर आली. आडव्या अंगलटीची, गोरी,

कपाळावरच्या ठसठशीत कुंकवातूनही तिच्या भोगवट्याच्या रेषा लपत नव्हत्या. ती हसली. तिच्या हसऱ्या डोळ्यांत कारुण्याची एक काडी बेमालूम मिसळून गेली होती. तिचं रुपडं कसं माझ्या दिठीतच रुतलं. या मायनं वसंताची शिक्षा ऐकून किती दुःख पापणीआड जिरवलं असेल! तिच्या कुशीतलं रोपटं म्हणजे वसंता. त्याच्या हातून काही वावगं घडणं शक्य होतं?

मग दोन्ही सुना आल्या. त्याची आई माझ्या बाजूला टेकली. मुलं आली. धाकटा नकुल आला तो सरळ गळ्यातच पडला. "माई, तुम्ही आलात; आता कसं घर भरून गेलं बघा!" सगळं कुटुंब माझ्याभोवती जमलं. वसंता-निलेशची माई! तरुंगात जाऊन भेटणारी. पुस्तकं देणारी. त्यांच्याशी मनच्या मनचं बोलणारी माई! माई! आणि माई! मला क्षणभरही वाटलं नाही हे घर मी आजच पाहतेय. माणसं ओततच होती. प्रत्येकाला मला भेटायचं होतं, बोलायचं होतं.

डॉ. दिनेश वाघोलीकर आले. वसंताच्या आई म्हणाल्या, "याला शिक्षा झाली तेव्हा डॉक्टरांनी आम्हाला केवढा धीर दिला. आमचं घर सावरलं." रात्री 'भागवतानंदगिरी' महाराज आले. भगवी वस्त्रं, वाढवलेली शुभ्र दाढी, हा नित्याचा प्रकार; पण महाराज वेगळे होते. अंगाऱ्या-धुपाऱ्यातले नव्हते. चमत्कार करणारे तर नव्हतेच नव्हते. वेरूळला त्यांचा आश्रम आहे. निसर्गाच्या सान्निध्यात तिथं ज्ञानयज्ञ चालतो. महाराज गरीब विद्यार्थ्यांना दत्तक घेऊन त्यांचं शिक्षण पूर्ण करतात आणि समाजप्रबोधनाचं मोठं काम करताना कीर्तनातून, प्रवचनातून व्यसनमुक्ती, राष्ट्रीय एकात्मता हे विषय हाताळतात. त्यांच्या प्रवचनातला एक ओझरता तुकडा माझ्या कानावर आला होता-

"दारू पिण्याचे फायदे - 'तुम्ही कधीच म्हातारे होत नाही.'

"ते कसे काय बुवा?"

"दारू पिऊन पिऊन तुम्ही एवढे पोखरले जाता की म्हातारे व्हायला तुम्हाला वेळच मिळत नाही. तरुण वयातच तुमचा कारभार आटोपतो. पांडुरंग! पांडुरंग!"

ही उपरोधिक भाषा मला आवडली. महाराज माणसं बघून विषय खुलवत होते. वाटलं, त्यांना गाठलं पाहिजे. मी वसंताला विचारलं, "अरे, मला यांचा आश्रम पाहायचाय. केव्हा जाऊ या?"

"मी येईन ना! आपण वेरूळला जाऊ." आणि रात्रीची पंगत महाराजांबरोबर झाली. महाराज पुढच्या मुक्कामी जायला निघाले आणि मुलांनी मला घेरलं. "आम्हाला गोष्ट सांगा."

आम्ही वरच्या गच्चीत गेलो. ती अर्धवर्तुळाकार गच्ची मला आवडली. तिथंच टेकले. लहान-मोठी भोवतीनं बसली. सगळ्यांना आवडेल असं काही सांगायला हवं होतं. केतकी म्हणाली, "माई गोष्ट?"

"हो बेटा, गोष्टच; पण खरी घडलेली. एका थोर पुरुषाच्या आयुष्याची गोष्ट! ते जागतिक कीर्तीचे कलावंत होते. त्यांचं नाव केकी मूस!" आणि मी बोलत सुटले. वारा थांबला होता. चांदणं झाडाआड तसंच थबकलं होतं. अंधाराला छेद देत माझाच आवाज घुमत होता. मागून चाफ्याचा मंद दरवळ येत होता. केव्हातरी जाणवलं, रात्र बरीच चढलीये. वेडीला मूससाहेबांनी भारून टाकलं वाटतं. एक वाजला. आम्ही उठलो. दुसऱ्या दिवशी शिरडीला दर्शनाला जायचं होतं.

"संध्याकाळी निघायचंय ना?" मी विचारलं.

"भलतंच! आम्ही कार्यक्रम ठरवलाय." वसंता म्हणाला.

"कसला?"

"राष्ट्रीय एकात्मता. आपल्याला खेड्यावर जायचंय. डॉ. गुंजाळांचं कॉलेज, प्रयोगशाळा वाटेतच लागेल. तीही पाहायचीये."

"मी खूप दमणार रे! असे सकाळचे कार्यक्रम ठरवू नका. माझ्या आवाजाला ताण पडतो."

"माई, तुम्हाला आम्ही जपून नेऊ. एवढ्या लांब आलात. गावकऱ्यांना न भेटताच जाणार काय?"

एक दिवसाचा मुक्काम दोन दिवसांचा झाला. अरे मी कशाकरता आलेय? इथं तर उत्सव चाललाय. एका दृष्टीनं हेही ठीकच. एक गुन्हेगार ठरलेला शाळेचा मुख्याध्यापक, गावाचं केवढं प्रेम आणि विश्वास या स्थितीतही सांभाळून आहे, हे समजावून घेणं फार महत्त्वाचं होतं.

तो कैदी. पॅरोलवर आलेला, पण प्रत्येकाच्या तोंडी 'सर'. आता मला दोन गोष्टी जाणून घ्यायचा होत्या-

१. जनसमूहातलं त्याचं स्थान आणि

२. त्याच्या आईशी एकटीशी बोलणं. तिचं दुःख बोलकं करणं.

शिरडीला सोबत वसंताच्या व्याह्यांची होती. कांचनचे (होणारे) सासू-सासरे नागपूरहून आले होते. तेही पोलीसखात्यातले अधिकारी गृहस्थ. ए.सी.पी विजय भुते मोठा सौजन्यशील आणि छान माणूस. कायद्यानं आरोपी ठरलेला वसंता लोकन्यायालयात मानाचं स्थान टिकवून होता.

संध्याकाळी घर सामसूम होतं. सर्व जण बाहेर पडले. गुलमोहराच्या अंगाखांद्यावरून निसटलेली झुळूक अंगावर घेत मी पायरीवर टेकले होते. मला असं पायरीवर बसून बाहेरची जाग घ्यायला फार आवडतं. मी हाक दिली, "ताई, बाहेर येता? जरा इथंच निवांत बसू." वसंताच्या आई बाहेर आल्या. आम्ही जशा बहिणी बहिणी. माहेरवाशिणी. गप्पा रंगल्या. ताईंची भाषा गावरान. बोलण्याचा ढंगही तोच. मोठा गोड वाटत होता. मी विषय काढला, "ताई, असं कसं अक्रीत घडलं वसंताकडून?"

"घडलं न्हाई अक्का. घडिवलं. त्याच्यावर आळ घेतला. राजकारण केलं बघा. मी तर त्या मुलीच्या आईलाच भेटले. म्हणले, "बाई गं, तुला पैसंच पायजेल नव्हं? मग मागायचं व्हतंस. माझ्या मुलाला निष्कारणी का अडकिवलंस?" ती बाई डोळ्यांत पाणी आणून म्हणली, "मला वो काय करायचं पैसं? तुमच्या मुलाचा काय दोष नाय. ती तशीच हाय." मी पोलिसांना सांगितलं, "मी येते ठाण्यावर. माझ्यासमोर खरं-खोटं करा." पोलीस ऐकायला तयार न्हाई.

"माझा लेक किती कष्ट काढून शिकला. आपल्या हिमतीवर नाव मिळिवलं, मोठा झाला आणि राजकारण करून त्याला आत टाकला बघा. माझा जीव तर सगळा त्याच्यावर. केळीचं ध्यान बत्तीस देठावर तसं आईचं ध्यान आपल्या लेकरावर. तो म्हणजे शुद्ध सोनं हाय." आई मुलाच्या चारित्र्याची ग्वाही देत होती. घरात कुणाच्याच मनात तीळभरही शंका नव्हती.

मी विषय बदलत विचारलं, "घरात दोघी-दोघी; कसं जमतं सगळं?"

"ती आमचीच चूक हाय बघा. वसंता अहमदनगरला शिकायला व्हता. शेवटचं वर्ष. मुली सांगून येत होत्या. ही मुलगी पटली. शेतावरची कामं करायची. धार काढायची. चरवीभर दूध निघायचं. सटासट कामं करायची. मग आमी हिकडं साकरपुडा उरकून टाकला. तो सुटीत घरी आला तर म्हणलं, "बाबा रे, तू नाही म्हणू नको. मुलगी कामाची हाय. आमी साकरपुडा करून टाकला." "

"मला न सांगता?" वसंता म्हणाला.

"आता क्येला. आता तुज्या बाबांची मान खाली घालू नको. चार लोकांत कमीपणा देऊ नको." मग लगीन करून टाकलं.

"ही दुसरी शिकल्याली. नोकरी करणारी. नाटकात भ्येटली आन् जमलं. मग तिच्याशी रजिस्टर लग्न केलं का पण हिला टाकली न्हाई. हिला बी वागवतो. ही घर सांबाळती. मी थोरलीला सांगितलं, आता धाकटीचं बाळतपण तू करायचं. दोघी बहिणी-बहिणीसारख्या.

"आता पहिले पहिले तरास झाला. अवगड वाटलं बगा. आता कसं व्हायचं? पण त्यानं सगळं सांबाळलं." ते तर मी पाहतच होते. आता त्यानं सांभाळलं की, त्या दोघींनी समजुतीनं निभावलं ते त्याच जाणे! हा प्रश्न अति नाजूक. ज्याचा त्यानंच गुंता सोडवायचा.

दुसरे दिवशी सकाळीच गाडी पोखरीकडे (बाळेश्वर) निघाली. डोंगरातून सुरेख रस्ता होता. कुठे खाचखळगे, खड्डे नाहीतच. (कच्चे रस्ते बांधण्याचं ज्ञान (?) तिथल्या मजुरांना दिलं नसावं.)

डॉ. गुंजाळांचं होमिओपथीचं हॉस्पिटल, वसतिगृह, प्रयोगशाळा, ऑपरेशन थिएटर हे सगळं अद्भुतच! हे कर्तृत्व एका माणसाचं. मग डॉक्टर गुंजाळांचा

राष्ट्रीय पातळीवर सत्कार झाला असेल तर नवल ते काय?

अकरा वाजता आम्ही पोखरीला पोचलो. गाडी थांबली. शेकडोंनी गावकरी जमले होते. गणवेशातली छोटी मुलं हातात फलक घेऊन उभी होती. लेझीमचं पथक सज्ज होतं. मी आणि वंदना चढण चढून शाळेच्या आवारात शिरलो. वंदना ही वसंताची दुसरी बायको. त्याच्या प्रत्येक सार्वजनिक कार्यात खांद्याला खांदा लावून उभी. मोठी जिगरबाज मुलगी!

शाळेच्या वर्गाबाहेर आडव्या वाटेत टेबल-खुर्च्या मांडल्या होत्या. एकेकाचे सत्कार चालले होते. सदरा-धोतर, टोपी आणि खांद्यावर उपरणं अशा पोशाखातले कामकरी, शेतकरी झुंडीनं येत होते. कुणीतरी मुंबैवाली बाई आलीये हे कळल्यावर पोरं कडे-खांद्यावर मारून बायका धावत होत्या. मुलं तर आधीच जागा अडवून बसली होती. वेळ कडकडीत दुपारी बाराची. उन्हाचा तापता तवा डोक्यावर घेऊन गावकरी उभे होते. वसंता म्हणाला, ''माई, दोन मिनिटं तरी बोला. राष्ट्रीय एकात्मता.''

मी थकून गळून गेले होते. दोन मिनिटंच बोलायचं होतं. ही इष्टापत्तीच होती. समोर नजर टाकली. शंभर-एक एवढीशी चिमुरडी! पटांगणात शेतकरी कामगार बंधू. समोर आया-बाया-कडेवरची बाळं. दोन मिनिटांत काय बोलू? सर्वधर्मसमभाव तर प्रत्यक्ष पाहतच होते. गाव तंटामुक्त होतं. एकात्मतेचं दर्शन तर इथं साक्षात घडत होतं. तेवढ्यात दूरदर्शनवाले आले. कॅमेरे सज्ज झाले. 'बोला'चा इशारा दिला गेला. मी मुलांशीच हितगुज केलं. उगवत्या पिढीत जातींतली तेढ नको. तंटे नकोत. गावकऱ्यांनी निर्माण केलेली प्रतिमाच त्यांना जपायची होती.

कार्यक्रम आटोपून मी बाहेर आले. तिथून श्री. दादासाहेब फटांगरे आपल्या घरी जेवायला घेऊन गेले. गरम गरम भाकरी-भाजी खाताना कसं बरं वाटलं! मी आणि नीलेश परतीच्या गाडीत बसलो. वंदना-वसंता निरोप देत होते. खूप प्रेम दिलं होतं या लोकांनी! जाताना मन जड झालं.

वसंताला मी पाहिलं होतं येरवडा जेलमध्ये. इथं त्याचं वेगळं रूप पाहत होते. एक शिक्षक, वक्ता आणि त्याहीपेक्षा, शेकडोंच्या मनात आदराचं स्थान टिकवून ठेवणारा 'बंदावणे सर!'

कैद्यांविषयी लोकांच्या मनात उगाच भीती असते. काही विचित्र कल्पना असतात. सत्य जाणून घेतो कोण?

खरे गुन्हेगार आसपासच्या जगात उजळ माथ्यानं वावरत असतात. त्यांचं वैभव, अधिकार आपलं तोंड शिवून टाकतो. त्यांची भलावण करणारे असतात आणि गुन्ह्यांवर पांघरूण घालणारेही असतात.

बरं झालं, हा विषय मी निवडला. हे जग नव्यानं समजून घेतलं. स्वच्छ,

निर्मळ नजरेनं या मंडळींचा विचार केला. त्यांच्याशी एकरूप झाले. आता परतताना एकच विचार मला पोखरतो आहे -

काही चुकीच्या माणसांना शिक्षा देऊन, त्यांचं जगाशी नातं तोडून आपण एक नवी गुन्हेगारी जमात तर निर्माण करत नाही आहोत?

किंवा एखाद्याचा एखाद्या चुकीच्या क्षणी पाय घसरलाही असेल! त्याला क्षमा न करता जन्मभराची शिक्षा देऊन, कायमचा दोषी ठरवण्यात चूक तर नाही करत आहोत?

वसंताच्या घरची माणसं प्रेमळ आणि त्याला समजून घेणारी निघाली हे त्याचं भाग्य! पण नीलेशला घर कुठे आहे? त्याच्यावर मायेची पाखर घालणारं कोण आहे? त्या भावनाप्रधान मुलानं कुणाच्या कुशीत शिरून रडायचं? उद्या जगात आल्यावर समाज या मुलांना प्रेमानं जवळ करणार आहे?

त्यांना सहानुभूती, दया, नको आहे. हवा आहे तो स्नेह. किमान त्यांच्याकडे वेगळ्या दृष्टीनं तरी पाहिलं जाऊ नये. माझे प्रयत्न चालू आहेत. या दोन थकलेल्या हातांना शेकडो सुहृदांचा स्नेहशील पाठिंबा हवा आहे. या कैद्यांना 'माणसं' म्हणून जगू द्या. समाजाचे घटक म्हणून जगू द्या. जन्मभर त्यांच्यावर करड्या नजरेचा पाहारा नको. न्यायाधीशाच्या भूमिकेतून दुसऱ्याला दोषी ठरण्यापूर्वी आपण अंतर्मुख होऊन स्वत:चा शोध घेऊ या; अगदी या क्षणापासून!

'रामटेकच्या गडावरुन'
दिवाळी, २००८

■ ■ ■

सुहास – स्वप्न जगणारा

शेवटी मी आग्वाद जेलला येऊन ठेपले. कालच्या महिला संमेलनाचं अध्यक्षपद मला इथे उपयोगी पडणार आहे. मिळालेलं मानधन आग्वाद जेलला जाऊन यायला पुरेसं आहे.

सुहासची पत्रं वाचून त्याचं एकाकीपण तीव्रतेनं जाणवलं. या अति संवेदनशील मुलाला समजावून सांगणं भाग आहे. आग्वादला पोचेपर्यंत हजार कसोट्या पार पाडाव्या लागल्या. मुळी कुणी दादच घेत नव्हतं. मान. रमाकांतजी खलपांना विनंती केली. शेवटी मुख्यमंत्र्यांचं दार ठोठावलं. पदरचे पैसे खर्च करून कैद्यांना मायेचा आधार देणाऱ्या बाईला एवढा त्रास? एरवी ऐरेगैरे सहज जाऊन येतात.

सुहासचंपण खूप चुकतं. पंधरा ऑगस्ट, सव्वीस जानेवारी तुरुंगात साजरं व्हायला हवं, झेंडावंदन व्हायला हवं हा त्याचा अट्टाहास. तत्त्व म्हणून हे ठीकच; पण कैद्यानं बंडाची भाषा वापरून चालत नाही. असा हट्टाग्रह धरणारा शेवटी वरिष्ठांच्या मर्जीतून उतरतो; पण मग होणारा त्रास सहन करायची त्याची मानसिक आणि शारीरिक ताकद संपते.

रिटपिटिशन करून त्यानं गोव्याला बदली घेतली. 'माझं गोवा' हा एकच ध्यास. आणि आता त्याला जाणवतं, आपलं कुणीही नाही आणि आपण कुणाचेही नाही. अशा मनोवस्थेत मी त्याला भेटायला चाललेय. सोबत पुस्तकं-वह्या. त्याच्या चेहऱ्यावरचा आनंद मला टिपायचा आहे.

सुहास आज बेचाळीस वर्षांचा आहे. येरवडा जेलमधून गोव्याच्या आग्वाद जेलध्ये आलाय. त्यानं परिचय करून दिलेल्या सहा मुलांना मी आता जोडली गेलेय. त्या मुलांची मी 'माई' आहे. प्रत्येकाची कथा निराळी, मात्र व्यथेचा सूर एकच आहे.

या मुलांचा मी गेली नऊ वर्षं अभ्यास करतेय. या विषयाला मराठीत संदर्भग्रंथ नाहीत. परदेशातले दाखले, प्रयोग इथं लागू पडत नाहीत. अधिकारी व्यक्तींनी केलेले प्रयोग, सुधारणा मला लागू पडत नाहीत. हातात सरकारी अधिकार नसलेली मी लेखिका मानवतेच्या प्रेरणेनं या विषयाकडे वळले आहे. अनुभवान्ती मला पटलंय की, हा नुसता निष्कर्ष काढून पदवी मिळवण्याचा विषय नाही. आयुष्यातून उठलेल्या या मुलांना जीवनाभिमुख करणं, जगातल्या चांगुलपणावरचा त्यांचा विश्वास दृढ करणं आणि त्यांचं पुनर्वसन होणं या तीन गोष्टी मला महत्त्वाच्या वाटतात. त्यासाठी आधी समाजाची मानसिकता बदलणं आवश्यक आहे.

चुका तर सगळेच करतात, पण ज्यांना पश्चात्ताप होतोय आणि ज्यांनी त्याकरता कठोर शिक्षा भोगलीये त्यांच्याकडे समाजानं क्षमाशील नजरेनं पाहायला नको का?

१६ ऑक्टोबर २००६

मी आणलेली पुस्तकं, लेटरपॅड्स बघून सुहासच्या डोळ्यांत आनंदाचे कवडसे नाचले. पोलीस इन्स्पेक्टर, अन्य पोलीस आपापल्या टेबलाशी बसले होते. सुहासनं मध्ये उभं राहून दोन मिनिटं भाषण केलं. त्याच्या लेखी गिरिजाताई म्हणजे केवढी तरी थोर! तिथल्या वृत्तपत्रांत लिहिलेली मराठी/इंग्रजी पत्रं त्यानं मला दाखवली. मी विचारलं,

"इथं काय करतोस?"

"काय करू? इथं काही कामच नाही. दिवस खायला येतो. मी पुण्यात आनंदात होतो. दिवसभर कामं असायची. दवाखान्यात कामं, पत्रं लिहिणं, वाचून दाखवणं, कार्यक्रम असायचे. गिरिजाताई, मला येरवड्याला बदली मिळेल अशी खटपट कराल?" त्याची चूक त्याला कळतच नव्हती. मी गप्प झाले. मी कोण होते? नटी, मिनिस्टर की लखपती? मराठीतली एक वशिला नसलेली लेखिका. तिच्या शब्दांना कोण 'ओ' देणार?

विषय बदलत मी म्हटलं, "सुहास, तू आत्मचरित्र लिही. किती वेगळ्या वाटेनं तुझा प्रवास झालाय! किती वेगळं जग तू पाहिलंस, अनुभवलंस! तुझी वेदना तुझ्या शब्दांत जगापुढे येऊ दे. शब्दच आपले खरे मित्र असतात; आपली सोबत

करतात.'' तो खाली मान घालून विचारात गढला. मग जराशानं म्हणाला, ''ताई, मी इथून आता लवकर सुटेन. तुरुंगातून सुटलो की, थेट कोकणात आमच्या गावी 'आरोंद्याला' जाईन. तिथं आमचं घर आहे; जुनं, पडझड झालेलं!

''मी सरकारला विनंती करेन, 'आमचं घर नीट बांधून द्या' म्हणून. छान कौलारू घर आहे. विहीर आहे.

''ताई, मला तिथं 'आजी-आजोबा आश्रम' काढायचाय. तुम्ही वर्ध्याचा गांधीजींचा आश्रम पाहिला असेल ना? तस्साच! शांत! निवांत! तिथं आजूबाजूची लहान मुलं आजी-आजोबांच्या मांडीवर खेळतील. त्यांना नातवंडं मिळतील. मुलांना आजी गोष्टी सांगेल. हे सगळं होणार आहे. मी करणार आहे.''

मी स्वत:च्या मनाला बांध घालत होते. पलीकडे माझ्या डाव्या हाताला उघडी खिडकी होती. तिथून तुरुंगाची तटबंदी दिसत होती. त्यापुढे चमचमतं पाणी. त्यावर 'सुशेगाद' (आरामात) तरंगणाऱ्या छोट्या होड्या. त्यावर सुहासची स्वप्नं स्वार झाली असावीत. थेट तेरेखोलच्या किनाऱ्याशी पोचली असावीत!

मला पुन्हा पुन्हा कुसुमाग्रजांच्या ओळी आठवत होत्या–

''ध्येय-प्रेम-आशा यांची

होतसे का कधि पूर्ती?

वेड्यापरि पूजितो या

आम्ही भंगणाऱ्या मूर्ती।।''

पण मी स्वत:ला आवरलं. त्याला त्याच्या स्वप्नांच्या जगात जगू दे! या एकाकी आयुष्यात तीच त्याची खरी सोबत होती.

एवढ्यात फोनची घंटी घणघणली. इन्स्पेक्टरनी मला हाकारलं, ''ताई, मोठ्या साहेबांचा तुम्हाला फोन आहे.''

सुहास उठला. मला नमस्कार करून दाराकडे वळला. दूर जाणारी त्याची आकृती मला दिसत होती. मी रिसिव्हर उचलला,

''नमस्कार साहेब!''

सुहास नजरेआड गेला होता.

■ ■ ■

त्या अश्राप मुलांचं रक्षाबंधन

दीप उजळले

२ जुलैला येरवड्याला जायचं नक्की झालं. आम्ही साहेबांशी बोलून वेळ निश्चित केली. छायाचित्रकाराची परवानगी घेतली. वसंताला तसं पत्र टाकलं. मुलं वाट बघत होती.

१ तारखेला पावसानं सूर धरला. दिवसभर कोसळतच होता. संध्याकाळी दमून थांबला. म्हटलं बरं झालं. चार तासाऐवजी सहा तास लागतील पोचायला. हरकत नाही. पण कसचं काय! रात्री १२वर काटा गेला आणि गडगडाट सुरू झाला. विजेचा आसूड तर डोळे दिपवत होता. मग काय? पाऊस वेड्यापिशासारखा ओततंच राहिला. वाटलं आभाळच फाटलं. रात्रभर काळजी. लक्झरीचं आरक्षण तर केलं होतं. सकाळी वृत्तपत्रात ठळक बातम्या. दूरदर्शनवर तर कळलं की, घाटकोपर ते ठाणे रूळ पाण्याखाली गेलेत. लक्झरीवाल्यानं स्वच्छ सांगितलं, ''जाणार तर बसमध्ये जाऊन बसा. पैसे परत मिळणार नाहीत'' कोण जीव धोक्यात घालणार? बस निघालीच नाही.

पुढे तीन दिवस पाऊस हटला नाही. भिंतीतून पाण्याचे झरे फुटले. खोलीभर पाणी. फोन बंद. कळवणार कसं? पुढे ठरवलं की, ऑगस्टच्या दुसऱ्या आठवड्यात जायचं. पाऊस जाईल तोवर. मग ऑगस्टमध्ये दिवाळी अंकाची स्मरणपत्रं यायला लागली. मुळी डोकं वर करायला उसंतच मिळेना. लक्षात आलं, २८ ऑगस्टला राखीपौर्णिमा आहे. 'त्याच दिवशी गेले तर? मुलांना किती आनंद होईल!'

मग पत्रं, फोन, परवानगी, छायाचित्रकार ठरवणं, प्रेसचा कुणीतरी... सगळी गडबडच उडाली. ठरल्याप्रमाणं २८ ऑगस्टला येरवडा जेलच्या दारात ११ वाजता आमच्या ताफ्यासह हजर झाले. राखी बांधणाऱ्यांची प्रचंड गर्दी होती. लोक झुंडीनं 'कर्तव्य पालना'साठी येत होते.

माझा गट अर्थात वेगळा होता. सुहालाल देवरे गुरुजी यादी घेऊन उभे होते. 'ताई, आत चला' त्यांनी सांगितलं. आम्ही तीन माणसं थेट आत गेलो. गांधी यार्डात अन्य लोकांची गर्दी होती. आम्ही आतल्या वॉर्डात गेलो. तिथल्या हॉलमध्ये आम्ही येईपर्यंत एका गटाचं 'काम' चाललं होतं. गुरूजी शिट्टी वाजवायचे. पाच-सहा मुलं समोर यायची. दोघी-दोघी (आलेल्या गटातल्या) ओवाळायच्या, राखी बांधायच्या की लगेच दुसरी सहा मुलं. कुणी कुणाकडे पाहायचं नाही, हसायचं नाही, बोलायचं नाही; हात मशीनप्रमाणे राखी बांधत होते; मनगटं हुकमानुसार राखी बांधून घेत होती.

अरे हे चाललंय काय? कशासाठी? इथं तर राखीची कवायत चालली होती. या सणाला काही भावनिक महत्त्व आहे? काही आंतरिक बंध आहेत? मी आत शिरले अन् मुलांचे चेहरे डवरले. "माई, तुम्ही...?" वसंता आणि नीलेश आनंदानं शिगोशिग भरले होते.

आधीची मंडळी गेली तेवढ्यात धामणे साहेब, आचमे साहेब आले. निगोट साहेब तर आधीपासून आमच्याबरोबर होतेच. तेवढ्यात नीलेशनं धावतपळत माईक आणून ठेवला. माईनं बोलायला हवंच, ही त्याची उत्कट इच्छा! वसंतानं सुरुवात तर छान केली. तो हाडाचा शिक्षक. त्यातून त्याची माई आज अनपेक्षितपणे आली. मग शब्दांना पंख फुटले नाहीत तरच नवल. धामणेसाहेब मुलांना उद्देशून म्हणाले, "मी कामात असतो. बाकीचे कार्यक्रम बघणं मला शक्य होत नाही. पण हा गिरिजाताईंचा कार्यक्रम मी चुकवणं शक्यच नाही. या कार्यक्रमातून काहीतरी मिळतं. गेली नऊ वर्षं त्या निष्ठने येतायंत. त्यांचे आशीर्वाद आम्हाला मोलाचे वाटतात."

मी मुलांशी संवाद साधला. म्हटलं, "बाळांनो, मला राखीची कवायत करायची नाही. राखी म्हणजे बहीण-भावात प्रेमाचा सेतू बांधणारा सण. तुम्ही १६ वर्षांच्या आतली मुलं, म्हणजे मी तुमची आजी. आज मी तुम्हाला औक्षण करते. आपण परमेश्वराकडे आशीर्वाद मागू या. सर्व जण उठून उभे राहा. हात जोडा. आणि म्हणा,

"परमेश्वरा, आम्हाला सद्बुद्धी दे! आमच्या हातून काही चूक घडली असेल, तर क्षमा कर. आम्ही चांगली मुलं आहोत. आणखी चांगली होऊ असा आशीर्वाद दे! आम्हाला सन्मार्गावर ने!"

150 x 2 = 300 हात जोडले गेले. डोळे मिटले होते. ओठांतून नव्हे, हृदयातून शब्द उमटत होते. मोठ्या मुलांनीही श्रद्धेनं हात जोडले होते. तो सर्व हॉल श्रद्धा, भक्ती आणि प्रेम यांनी भरून राहिला होता. मी सर्वांना ओवाळलं. मोठ्या मुलांना, अधिकाऱ्यांना राख्या बांधल्या. माझ्याबरोबर शशीकान्त परदेशी आला होता. तो म्हणाला, "माईनं तुम्हाला ओवाळलं. आता तुम्ही ओवाळणी काय द्याल?" मुलं एकमुखानं ओरडली, "आम्ही माईंना प्रेम देऊ. त्यांनी सांगितल्याप्रमाणे वागू." विलास लोंढेनं मुलांचे सुरेख फोटो घेतले. मी एक अनुभव सांगितला. मुलं आनंदानं भरून गेली.

विशेष म्हणजे माझ्यासमोर बसलेल्या मुकुंद साखरेला इतकं भरतं आलं की, त्यानं चटकन कविताच केली. कवितेपेक्षा त्याच्या भावनांची तीव्रता मला जाणवली. त्यानं आपलं कविता वाचली -

रक्षाबंधन गीत
प्रेमाने राखी बांधली। आज बहीण माझी आली ।।धृ।।
बहिणीला देवावे काई। कायद्याने बांधले हात-पाई।
तिथं निराशा माझी झाली।।१।। आज बहीण माझी आली।।१।।
आज आनंद झाला मनी। माझी बहीण आली पाहुणी।
कशी दशा नशीबाने केली।।२।। आज बहीण माझी आली।।२।।
आनंदाने भरली छाती। देहाची झाली कशी माती।
दुर्दशेने काया नहाली ।।३।। आज बहीण माझी आली।।३।।
आले आकाश धरतीवर। तशी बहीण माझी थोर।
मुकुंद साखरे पाहे भवताली।।४।। आज बहीण माझी आली।।४।।
प्रेमाने राखी बांधली। आज बहीण माझी आली।।
मुकुंद रामभाऊ साखरे
ये. म. का.

आज नऊ वर्षं मी जाते, पण तुरुंगाबाहेर पडताना व्यथेचा सल घेऊन बाहेर पडते. आज सगळं वातावरण ज्योतिर्मय झालं होतं. मनं त्या प्रकाशात न्हाऊन निघाली होती. आम्ही गांधी यार्डात आलो. नीलेश आणि वसंता म्हणाले, "माई एवढ्यात जाऊ नका." जशी मी माहेरीच आले होते. थांबले. गप्पा झाल्या. आता बाहेर तर पडायलाच हवं. "पुन्हा केव्हा याल?" न संपणारा प्रश्न. "लवकर येईन." माझं नेहमीचं उत्तर.

मुंबईला आले आणि पाठोपाठ वसंताचं दीर्घ पत्र. ते पत्र खूप बोलकं आहे. म्हणून तसंच इथं देते. त्या तरुण मुलांचं मन समाजाला कळू दे तरी!

■ ■ ■

वसंताचं आत्मनिवेदन

तुरुंग म्हटले की, भल्याभल्यांची बोबडी वळते. त्यात येरवडा म्हटले की, दहशतच निर्माण होते. अट्टल गुन्हेगार येरवड्याच्या नावाने चळाचळा कापतात. त्याला कारणही तसेच आहे. आठवा कुठल्याही हिंदी सिनेमातले तरुंगाचे दृश्य! दगडखाणीत काम करणारे आडदांड कैदी. दगडाला दुष्मन समजून त्यावर निदर्यपणे घाव घालणारे, हातापायाला साखळदंड बांधलेले, दाढीमिशा वाढवून तांबड्यालाल डोळ्यांनी जेलरकडे बघत पचापच थुंकणारे, काही चूक होताच जेलर हातातल्या आसूडाने त्यांना बेदम बडवतोय! वर तळपणारे ऊन, घामाघूम झालेले अंग. तरीही नजरेतील, वागण्या-बोलण्यातील क्रूरता कणभरही कमी झालेली नाही. अशांचे जिथे राज्य आहे ते म्हणजे सेंट्रल जेल. आणि अशांच्या राज्यात जायचे म्हणजे प्रत्यक्ष तुरुंगात जायचे म्हणून सर्वसामान्य माणसाची दातखिळीच बसायची. म्हणूनच म्हणतात ना, दुष्मनावरदेखील जेलच्या रोट्या खायची वेळ येऊ नये. तिथे प्रत्यक्ष जायचा योग आला तर? बाप रे! कल्पनाही करवत नाही ना? पण 'गिरिजा कीर' या विदुषीने अशी आफत स्वत: होऊन अंगावर ओढवून घेतली. त्या आत आल्या अन् या हिंस्र प्राण्यांच्या माई झाल्या. कैदी त्यांना 'माई' म्हणू लागले. 'मा' म्हणजे माता अन् 'ई' म्हणजे ईश्वर. ज्या बाईत आई आणि ईश्वराचा संगम कैद्यांना दिसला ती माई गिरिजा माई!

त्याचे असे झाले, येरवडा कारागृहात जन्मठेपेची सजा भोगणाऱ्या सुहास

जोशी नावाच्या एका कैद्याने गिरिजा कीर यांचे 'लावण्यखुणा' हे पुस्तक वाचले. पुस्तकातल्यासारखीच ही बाई. लेखिका माणसाचे मन जाणणारी असेल, माणसातला माणूस शोधणारी असेल असे त्याला वाटले व त्याने कारागृहातून त्यांना पत्र लिहिले. माईंनी ते वाचले व त्याला उत्तर पाठवले. आता कारागृहातील एका परक्या कैद्याला पत्र लिहायचे म्हणजे धाडस हवेच. ते माईंनी केले व पत्रांचा हा सिलसिला चालू झाला. सुहास जोशींचा विश्वास सार्थ झाला. कारण लेखक जे आपल्या पुस्तकात मांडतो तो तसाच असतो असे नाही. वाचन, मनन, अनुभव व कल्पना यांचा सुरेख संगम करून तो अलिप्तपणे लिहीत असतो. प्रत्येक गोष्ट त्याच्या आयुष्याशी वा स्वभावाशी निगडित असतेच असे नाही. पण माईंनी मात्र त्यांच्या लिखाणातल्या आश्वासक शब्दांना कृतीची जोड दिली. माईंच्याही मनात तुरुंगाची व त्यातील कैद्यांविषयीची कल्पना त्या लेखिका असल्या तरी सर्वसामान्य माणसाच्या पातळीवरचीच होती. चक्की पिसिंग आणि खडी फोडणे हे वाक्प्रचार त्यांच्याही मनात परंपरेने रुतून बसले होते. पण सुहासने त्यांच्याकडे न्याय मागितला होता व एक जबाबदार समाजघटक, सृजनशील लेखक, किमानपक्षी माणूस म्हणून त्याची अपेक्षा पूर्ण करणे त्यांना योग्य वाटले आणि दोन माणसांना कोयत्याने तोडणाऱ्या हिंस्र सुहासला प्रत्यक्ष भेटण्याचा निर्यण त्यांनी घेतला. मला नाही वाटत, तथाकथित समाजवादी म्हणवणाऱ्या कुठल्याही लेखकाच्या अंगी असे धाडस असेल. मीच तर त्याचा साक्षीदार आहे. पाच वर्षे मी कारागृहात असताना, समाजात शेकडो लेखक असताना या पाच वर्षांत फक्त गिरिजा कीर या एक आणि एकमेव लेखिका कारागृहात आल्या. अनेक वेळा आल्या. अनेकांनी तुरुंगविषयक लिखाणही केले असेल, पण त्या केवळ कल्पनेच्या भराऱ्या आहेत. वास्तवात तुरुंग ही संकल्पना फार वेगळी आहे. गुन्हेगाराला सजा होऊन तुरुंगात त्याला त्याच्या पापाचे फळ मिळावे, त्याचे खूप हाल व्हावेत असा जो समाजाचा समज आहे, तोच वाचकांचा सवंग अनुनय करण्यासाठी लेखक आपल्या लिखाणात मांडतात. पण सुहास जोशीला जाणून घेतल्यावर त्याला व त्याच्यासारख्या जन्मठेप भोगणाऱ्या अनेक कैद्यांना भेटून त्यांचे हितगूज जाणून घेतल्यानंतर माईंनी 'जन्मठेप' लिहिण्याचा निर्णय घेतला. त्यासाठी त्या अनेक वेळा तुरुंगात आल्या. या वयात, एवढी दगदग झेपत नसताना आल्या. प्रत्येक मोसमात आल्या. धो-धो पाऊस कोसळत असताना, थंडीने हात कापत असताना, उन्हाने अंग घामाघूम होत असताना आल्या. एवढी धावपळ फक्त आईच आपल्या लेकरांसाठी करू शकते, म्हणून त्या या वाट चुकलेल्या कोकरांच्या माई झाल्या.

जन्मठेपचे एक प्रकरण एका दिवाळी अंकात मला वाचायला मिळाले. मी कारागृहात होतो. त्यांना पत्र लिहिले व नजरचुकीने एक चुकलेला उल्लेख त्यांच्या

निदर्शनास आणून दिला. अन् आश्चर्य! मला त्यांचे उत्तर आले. त्यात चूक दुरुस्त करायचे उत्तर दिले होते व तुझ्यासारख्या जागृत वाचकामुळे पुस्तक निर्दोष व्हायला मदत होईल असे म्हटले होते. मी आल्यावर तुला नक्की भेटेन, असा शब्दही दिला होता. एवढ्या मोठ्या लेखिकेने मला 'जागृत वाचक' म्हटले. मला ती पदवीच वाटली! मी हरखून गेलो. मी माईंची अनेक पुस्तके वाचली होती. त्यांच्या कथाकथनाविषयीच्या बातम्या बऱ्याच वेळा वाचल्या होत्या. त्यांच्या कपाळावर ठसठशीत गोल कुंकू असलेला देखणा फोटो पाहिला होता. एकदा तर डॉ. रावसाहेब कसबे सरांना म्हणालो, "गिरिजा कीर आम्हाला तुरुंगात भेटायला येतात" तर त्यांनी खूप आत्मीयतेने विचारले, "कशा आहेत त्या आता? फार म्हाताऱ्या झाल्यात का रे? अरे, तुला सांगतो, तरुणपणी ही बाई फार सुंदर दिसायची बरं!" आजही माई खूपच देखण्या व हसतमुख दिसतात. त्यांना भेटल्यावर आपण तुरुंगात आहोत हेच आम्ही विसरून जातो. आईच्या मायेने त्या चौकशी करतात. आमची कौटुंबिक, सामाजिक परिस्थिती जाणून घेतात. हळुवारपणे आमच्या मनात घुसून आमच्या केसेस व आमच्यावरचा अन्याय समजावून घेतात. कारण त्यांना जाणून घ्यायचाय कैद्यांतला माणूस. नुसता समजून घ्यायचा नाही, तर तो समाजासमोर आणायचाय व समाजाला दाखवून द्यायचेय, 'कोणताच माणूस हा जन्माने वा जन्मभर गुन्हेगार नसतो.' गुन्हा ही तात्कालिक परिस्थितीतून आलेली प्रतिक्रिया असते. म्हणून अशांना कायमचे बहिष्कृत करणे योग्य नाही. आजकाल तुरुंगात अशा प्रकारचे प्रयत्न 'सुधारणा व पुनर्वसन' योजनेअंतर्गत केले जातात. तुरुंग हे सुधारणागृह आहे. इथे माणसांच्या (गुन्हेगाराच्या नव्हे) मनातील गुन्ह्याचे बीज काढून नष्ट करण्याचा प्रयत्न केला जातो. पण ही गोष्ट अनेक समाजसुधारक म्हणवणाऱ्यांना माहीत नाही, म्हणून ते तुरुंगाकडे फिरकत नाहीत. तुरुंगाची परंपरागत दहशत त्यांच्या मनावर अजूनही आहे. म्हणून मग भिंतीबाहेरून ते कल्पनेच्या भराऱ्या मारतात व नसलेली परिस्थिती अधिकच दाहक करून समाजात कैद्यांबद्दल वातावरण दूषित करतात. उदाहरणच द्यायचे झाले, तर महाराष्ट्रातील सर्व तुरुंगातील कलाकार बंदींचा एक 'बंदी रजनी' कार्यक्रम मंत्रिमंडळाच्या हिवाळी अधिवेशनाच्या वेळी नागपूर येथे सादर होतो. या कार्यक्रमासाठी मी अन् नीलेश जोशी असे दोघांनी 'दोन कैदी' ही एकांकिका सादर करायचे ठरवले. स्क्रीप्ट वाचले, तर त्यातील प्रसंग व प्रत्यक्ष कारागृहातले वातावरण, जे आम्ही अनुभवत होतो याचा ताळमेळच जमेन. मग आम्ही त्यात योग्य ते बदल करून ती सादर केली. प्रत्यक्ष लेखक ती पाहायला उपस्थित होते. ते नंतर भेटल्यावर मी विचारले, "तुम्ही काही काळ तुरुंगात होता का?" कारण तुम्ही कैद्यांबद्दल फारच आत्मयतेने लिहिले आहे. तर ते झुरळ झटकावे तसे म्हणाले, "नाही. नाही. मी तुरुंगात कधीच

नव्हतो. ती मी कल्पनेने लिहिलीये.'' हेच वास्तव अनेक लेखकांच्या बाबतीत सत्य आहे. पण लेखनाशी बांधिलकी मानून लिहिणाऱ्या माईंचे नाव घ्यावे लागेल. त्यांची वास्तवाकडे शब्द नेण्याची धडपड आम्ही अनुभवत आहोत.

कारागृहात किशोरवयीन मुले आहेत. त्यांच्या मनात कायदापालनाविषयी आदर निर्माण व्हावा व त्यांनी इथून सुटल्यावर परत गुन्हेगारीच्या वाटेने जाऊन आपले आयुष्य बरबाद करू नये, म्हणून त्यांना चार शहाणपणाच्या गोष्टी सांगण्यासाठी मी जेल-प्रशासनाच्या परवानगीने महाराष्ट्रातील पहिला 'संस्कार वर्ग' कारागृहात सुरू केला. अधीक्षक धामणे साहेब, अति. अधीक्षक धोंगडे साहेब यांची खूपच मदत मिळाली. वर्गासाठी सर्व धडपड करणारा, बंधुसमान एम.बी.ए. झालेला नीलेश जोशी मिळाला. या वर्गाची कल्पना माईंना देताच त्यांनी या सर्व मुलांना भेटायची इच्छा व्यक्त केली. असे विनापरवाना भेटता येत नाही. पण माईंची तीव्र इच्छाशक्ती बघून ही बाब आम्ही धोंगडे साहेबांच्या कानावर घातली व त्यांनी कार्यक्रमाचे निमित्त साधून माईंना परवानगी दिली. पण ती दुसऱ्या दिवशी. माईंनी दुसऱ्या दिवसाचे मुंबईचे सर्व कार्यक्रम रद्द करून पुण्यातच मुक्काम केला व दुसऱ्या दिवशी परत कारागृहात येऊन या 'संस्कार वर्गात' अतिशय सुरेख कथाकथन केले. मला वाईट वाटले की, माईंचे हे कथाकथन ऐकण्यासाठी मला कारागृहात यावे लागले. बाहेर अनेक संधी असताना मी त्या हुकवल्या होत्या. मुले खूश झाली. दीडशे मुलांबरोबर त्या वैयक्तिकरीत्या बोलल्या. बाहेरची व्यक्ती येऊन रक्ता-नात्याचे सबंध नसताना इतक्या मायेने चौकशी करतेय, हा अनुभवच समाजाने नाकारलेल्या त्या मुलांसाठी विलक्षण होता. म्हणून माई जायला निघाल्या तेव्हा फक्त हुंदके अन् अश्रूंनी त्यांना निरोप देण्यात आला.

सजा लागलेल्या बंदींना महिन्यातून एकदा आपल्या घरच्यांची भेट घेता येते. पण आम्ही सात जण ज्यांना माईने आपली मुले मानले ते 'हम सात' घरच्यांच्या मुलाखतीऐवजी माईंच्या भेटीची वाट पाहतो. कारण माई आत येतात. गांधी यार्डात भल्या थोरल्या आम्रवृक्षाखाली आमची वाट पाहत थांबतात. आम्ही हळूहळू एकेकाला निरोप मिळेल तसे जमा होतो. मस्त गार सावलीत गांधीजीच्या पदस्पर्शाने पुनीत झालेल्या त्या जमिनीवर भारतीय बैठक मारतो. माई विचारतात. ''कसे आहात रे?'' आम्ही केविलवाणे हसतो. खरं म्हणजे आम्ही 'कसे असणार?' हे माईंना माहीत असते. मग त्या म्हणतात 'खूप वाट पाहिली का माझी?'

सुटल्यावर मात्र माईंचा विश्वास सार्थ ठरवायचा. एक 'चांगला माणूस' म्हणूनच जगायचे, हा विश्वास आमच्यात खोलवर रुजलाय. माझे वय वर्षे ४५, पण मला माझे बालपण आठवले. मलाच नाही, तर सुहास जोशी, संतोष भिंताडे, संजय कांबळे, प्रशांत आहेर, संतोष शिंदे, जरार खान व नीलेश जोशी यांच्याही

भावना अशाच आहेत. आम्हा सात जणांच्या अनुभवातून माईंचे 'जन्मठेप' साकारतेय. 'जन्मठेप' हे केवळ शब्दबंबाळ पुस्तक नसून माईंचा एक 'प्रकल्प' असणार आहे. तो समाजाला गुन्हेगारांकडे पाहण्याचा एक नवा दृष्टिकोन देईल. 'क्षमा' हे सर्व धर्मांचे मूलतत्त्व आहे. समाजाने जर कारागृहातून प्रायश्चित्त घेऊन आलेल्यांना क्षमाभावनेने स्वीकारले, तर गुन्हेगार कमी होण्यास त्याचा हातभार लागेल. पण केवळ 'तुरुंगातून आलाय' म्हणून समाजाने जर अशा कैद्यांना दूर लोटले तर तो पोटापाण्यासाठी परत तोच गुन्हेगारीचा मार्ग चोखाळण्याची शक्यता नाकारता येत नाही. किंवा सुडापोटी परत गुन्हा करून बसेल. त्यामुळे गुन्हेगाराला परत 'माणूस' बनण्याची संधी जर समाजाने नाकारली, तर गुन्हेगारी वाढल्याशिवाय राहणार नाही. आशा करू या, रशियन लेखक क्योदोर डोस्टोव्हस्की यांच्या 'क्राईम ॲण्ड पनिशमेंट'सारखे गुन्ह्यांची व गुन्हेगारांच्या मानसिकतेची उकल ते करणार नाही, पण जवळपास नक्कीच पोचेल. या पुस्तकाची जशी तुम्ही वाचक, माईंचे चाहते वाट पाहत आहात तशी आम्हीदेखील पाहत आहोत. या पुस्तकाच्या रूपाने आमचाच कुरूप चेहेरा आरशात पाहिल्यासारखा आम्हाला पाहायला मिळेल व तो पुसून टाकून आत्मपरीक्षणाची संधीही मिळेल.

माईंनी एका लेखात म्हटलेय, 'उद्या मुले दरवाजाबाहेर जातील. मोठी भिंत. अदृश्य, पण जाणवणारी. भक्कम गज, अनेक चेहरे, मुखवटे, अनेकांचे आवाज, त्यात ते माझा आवाज विसरतीलही! विसरू देत. जगणे प्रवाही आहे.''

माई, शब्द देतो सर्वांच्या वतीने – जगण्याच्या प्रवाहात नव्याने हात मारत पोहताना, हातातली ताकद तुम्ही दिलेली आहे हे विसरणे शक्य नाही. ती ताकद संपली की बुडावेच लागेल, याचे भान आम्हाला आहे. तुम्ही सात जणांची माई झालात. शंभरांची व्हा. शंभर कौरवांची व्हा. पण त्यांना 'पांडव' बनवा. कारण डोळ्यांवर पट्टी नसलेल्या तुम्ही खऱ्या गांधारी आहात.

वसंत बंदावणे
– संगमनेर

■ ■ ■

शेवटचे दोन शब्द

हा प्रवास न संपणारा आहे. हे कामही जगाच्या अंतापर्यंत चालू राहणारं आहे. गुन्हे घडत राहणार, घडवण्यासाठी प्रवृत्त करणारे असणार आणि त्यातून गुन्हेगारांना बाहेर काढून आयुष्याच्या मार्गाला लावणारेही असणार. न गुन्हा करता त्याची शिक्षा भोगणारे असणार आणि गुन्हे करूनही प्रतिष्ठितपणे मिरवणारे आणि त्यांना सांभाळणारे 'सज्जन'ही असणार.

माणूस आहे तोवर त्याच्या जीवनाशी संबंधित गोष्टी घडणारच. मी मात्र वयाची पासष्ट वर्षं उलटल्यावर हे काम हाती घेतलं आणि पंचाहत्तर वर्षं पूर्ण व्हायच्या वेळी त्याला पूर्णविराम देते आहे. आता काम करण्याची शक्ती कमी होत चाललीये म्हणून. या मुलांचा माझा लागाबांधा संपणार नाही. ही आतड्याचीच नाती झाली आहेत. काळजी एकच आहे, ती आपापल्या आयुष्यात नीट उभी राहतील ना? त्यांच्या इच्छा-आकांक्षा पुऱ्या होतील ना? समाज त्यांना प्रेमानं जवळ करील ना? प्रश्न अनेक आहेत. उत्तरं काळ देईल.

मी फक्त ज्ञानदेवांच्या भाषेत प्रार्थना करते– "जो जे वांछील तो तें लाहो। प्राणिजात।।"

■ ■ ■

काही मुलाखती

या खेपेला मुलं भेटण्याची शक्यता नव्हती. मुंबई-पुणे फेरी मला फुकट घालवायची नव्हती. म्हटलं आज मुलाखती घ्याव्यात मिळतील तेवढ्या. नाहीतरी हे काम मी आज ना उद्या करणारच होते. अनायासे आज बी.डी. पिचड (२००४) (सिनिअर जेलर) साहेब आले होते.

अ) '' थोडं बोलू आपल्याशी?'' मी विचारलं

''बोला. आज माझी राऊंड आटोपलीये?''

''इथं कसले गुन्हेगार येतात?''

''इथं दोन प्रकारचे बंदी आहेत. एक प्रासंगिक, दुसरे सराईत. सराईतांची चांगल्या-वाईटाची सीमारेषा मिटलेली असते. ते सुधारणं कठीण.

''तुमच्या यादीतले हे बंदी प्रासंगिक आहेत. त्यांचा मनावरचा ताबा सुटतो. गरम डोक्याची मुलं असतात ही आणि त्या क्षणाला काहीतरी करून बसतात.''

''त्यांना सुधारण्यासाठी आपण काय करता?''

''आम्ही इथे कीर्तन, प्रवचन, गाणी ठेवतो. मुलं नाटकं बसवतात. आम्ही अनेक तऱ्हेचे प्रयत्न करतो. काय घ्यायचं ते त्यांच्यावर अवलंबून.''

''इथलं वातावरण कसं असतं?''

''अहो, बाहेर लोकांना कळतपण नाही इथं काय चालतं ते. आपसात भांडणं, मारामाऱ्या करणारेपण आहेत. खरंतर त्यांच्यापेक्षा आमचंच जगणं कठीण आहे.

त्यांना सांभाळण्याचं मोठं काम असतं.''

आम्ही बोलत होतो एवढ्यात एक गृहस्थ आत आले. पिचडसाहेब म्हणाले, ''हे चंद्रशेखर भोंडे. सायकेॲट्रिस्ट आहेत.'' मी मनात म्हटलं, अनायासे चांगली संधी आहे. मागे एकदा सुहास म्हणाला होता, ''तुम्ही भोंडेसाहेबांना भेटा. ते भरपूर माहिती देतील.''

ब) ''नमस्कार, मला आपल्याला भेटायचंच होतं.'' मी सुरुवात केली. माझ्या समोरच्या खुर्चीवर ते बसले.

''तुम्ही मनोरुग्णांबद्दल थोडंसं सांगा. कारण गुन्हा करून ते एकदम वेगळ्या शिस्तीच्या वातावरणात येतात. त्यांची वृत्ती कशी असते?''

''नसलेले आजार दाखवणं, कामचुकारपणा करणं, या ना त्या प्रकारानं इतरांची सहानुभूती मिळवणं. बरेचसे बंदी स्क्रिझोफ्रेनिक असतात.''

''मला तसं वाटलं नाही.''

''उदाहरणार्थ?''

''आता पाहा, मी काही केसेस हाताळतेय. सुहास जोशीला तुम्ही ओळखता. त्याची केस...''

''हां! सुहास बराच प्रामाणिक आहे. कामसू आहे. माझ्याबरोबर वर्षभर काम केलं. आता तो नाईट वॉचमन म्हणून काम करतो.''

''साधारणपणे अशा गुन्हेगारांना आपण काय ट्रीटमेन्ट देता?''

''सुरुवातीला गोळ्या देतो. मग सायकोथेरपी. ऑपरेशन थिएटर सुरू झालं की, पुढची ट्रीटमेन्ट. जरा केस पुढे गेली असेल, तर त्याच्या वॉरंटसहित त्याला मेंटल हॉस्पिटलला पाठवतो.'' तेवढ्यात त्याना बोलावणं आलं. ''आपण सवडीनं बोलू'' म्हणून ते उठलेच.

तेवढ्यात मला निरोप आला की, मी आय.जी प्रिझनर्स ऑफिसमध्ये वरिष्ठांना भेटायला जावं. तशीच धडपडत उठले. दुपारचं ऊन रणरणत होतं. एकही रिक्षा थांबायला तयार नव्हती. पुन्हा स्टेशनजवळ संप पुकारल्यानं पुणे स्टेशनकडे धावत होत्या. माझ्याबरोबर एक संपादक आणि एक पत्रकार होता. सर्वांच्याच पोटात आग पडली होती, पण चारपर्यंत मुख्य कार्यालयात पोचणं भाग होतं. पाण्यानं पोट भरत, धापा टाकत एकदाचं ऑफिस गाठलं.

इथं पुन्हा कोण पाहिजे, काय पाहिजे या चौकशा होऊन त्या ऑफीसरसमोर जाऊन उभी राहिले. तो मद्रासी होता. मराठी लेखक त्याला माहीत नव्हते. तो मुळी मला आत सोडायलाच तयार होईना. ३।।। झाले होते. ४ पूर्वी साहेबांना भेटणं भाग होतं. तो उपहासानंच बोलत होता. शेवटी मी बाहेर गेले आणि साहेबानाच फोन लावला. आपोआप चाव्या फिरल्या. आता भाषा बदलली. दुसऱ्या मिनिटाला मी

कारागृह उपमहानिरीक्षकांसमोर!

क) किनिंगेसाहेबांच्या केबिनमध्ये प्रवेश केला. इथं आणखी एक धक्का बसला. मी गेल्याबरोबर किनिंगे साहेब उठून उभे राहिले. मला बसायला सांगितलं आणि मग आपण बसले. हे अनपेक्षित सौजन्य होतं. श्री. अशोक किनिंगे यांचा चेहरा शांत, सौम्य होता. चेहऱ्यावर मंद हास्य. कुटुंबातल्या वडिलधाऱ्या प्रेमळ माणसासारखे ते वाटले. ते किती चांगले वागत असतील हे त्यांचा चेहराच सांगत होता. ते म्हणाले, ''गिरिजाताई, मी तुम्हाला मुद्दाम बोलवून घेतलं. तुमची प्रत्यक्ष ओळख करून घेण्यासाठी. मी तुमची पुस्तकं वाचली आहेत. मी राष्ट्रसेवादलाच्या संस्कारातला. सानेगुरुजींचा भक्त. आपली जातकुळी एकच आहे. तुम्ही खूप चांगलं काम करताहात.''

''साहेब, एक फोटो घेऊ?'' फोटोग्राफर शिंदे यांनी विचारलं.

''अरे माझे कसले फोटो घेता? मी या महिनाअखेर रिटायर होतोय. तुम्ही आधी रंजनसाहेबांना भेटून घ्या. मग भेटता येणार नाही.''तेवढ्या घाईत एक फोटो घेतलाच आणि आम्ही साहेबांच्या खोलीत शिरलो.

ड) पोलिस महानिरीक्षक श्री. प्रभात रंजनसाहेब यांनी आमचं स्वागत केलं. बसायला सांगितलं. माझ्या कामाचं स्वरूप विचारलं. या संदर्भातल्या पुस्तकाची माहिती विचारली. मी माझं आत्मचरित्र त्यांना भेट दिलं. फोटो घेतला. (बोलताना मला माझ्यापेक्षा त्यांचीच काळजी वाटत होती. कारण माझं हिंदी ऐकताना त्यांना किती कष्ट होत असतील, याची मला कल्पना आली.) त्यांनी मला एक शिफारस-पत्र दिलं; 'मी केव्हाही तुरुंगातल्या कैद्यांना भेटू शकते. मला कायम परवानगी आहे.' अशा आशयाचं ते पत्र होतं. मी किती निरुपद्रवी आहे हे त्यांच्या चाणाक्ष डोळ्यांना समजलं असावं. भेट इथंच संपली.

२००६ साली वरिष्ठ तुरुंगाधिकारी श्री.एस.व्ही आचमे यांच्यापुढे या खेपेला उभी राहिले. इथे येईपर्यंत कल्पना नव्हती की, सगळ्या बदल्या झाल्या होत्या. नवे चेहरे, नवे अनुभव!

मुलांपैकी सुहास जोशी 'आग्वाद-गोवा' इथं बदली होऊन गेला होता, तर संतोष भिंताडे पैठण खुले कारागृहात गेला होता. त्या जागी आता नवे चेहरे दिसणार होते. कारण पुन्हा नवी चाचपणी. दोन्ही ठिकाणी मी विद्यार्थीच!

इ) आचमे साहेब बरेच गंभीर वाटले.

''तुमच्या परवानगीचं पत्र कुठंय?''

''त्या कागदांत आहे. शिवाय मी काल फोन....''

''तोंडी नको. लेखी हवंय.''

''प्रभातरंजन साहेबांनी कायमची लेखी परवानगी दिलीये.'

''त्यांची बदली झाली. आता सावरकर साहेब आलेयत.''

''मग त्यांच्याशी बोलू?''

''तुम्ही लोक फार पंचाईत करता. कैदी येतील. तुम्ही सुरुवात करा. आम्ही मागून येतोच.''

मी गांधी यार्डात जाऊन बसले. मुलांशी बोलून होईतोपर्यंत दोन्ही साहेब आलेच.

आल्या आल्या अधीक्षक राजेन्द्र धामणेसाहेब म्हणाले,

''तुम्ही अशा कट्ट्यावर का बसलात?''

''मुलं भोवतीनं बसतात. बोलतात. बरं वाटतं''

''छे! जा रे, टेबल-खुर्ची मांडा पटापट! समोर जाजम अंथरा. मॅडम इथं खुर्चीवर बसा.''

मी साहेब मंडळींसमोर खुर्चीवर बसले. मी आणलेली पुस्तकं वाटली. मुलं उठून गेली. आता मी धामणेसाहेबांकडे मोर्चा वळवळा.

फ) ''ह्या मुलांना हाताळण्यासाठी तुम्हाला विशेष अभ्यास करावा लागलाच असेल. तुम्ही कोणता विषय घेतला होतात?''

''मी क्रिमिनॉलॉजी (अपराधशास्त्र) हा विषय पोस्ट ग्रॅज्युएशनसाठी घेतला होता. या विषयामुळं कामाची दिशा मिळते.''

''मग असं सांगा, शिक्षा होऊन लगेच इथं आलेली मुलं आणि त्यानंतर सहा-आठ महिने कारागृहात काढलेली मुलं यांच्यात काय फारक जाणवतो?''

''खूप! गुन्ह्याचं स्मरणं असतं तोवर त्यांच्या वागण्यात चलबिचल असते. अस्थिरपणा असतो. नंतर ती या वातावरणात समरस होतात. एकूण शिस्तीशी त्यांना जुळवून घ्यावंच लागतं.''

''आपल्या कामाची पद्धत - म्हणजे मुलं हाताळण्याची?''

''मी मतपरिवर्तनावर भर देतो. मला ठाऊक आहे, मानसिकता बदलायला वेळ लागतो, म्हणून मी पायरी पायरीनं काम करतो. मला कशाचीच घाई नसते. मी पाया मजबूत करतो.''

''तुमचं वागणं, विचार त्यांच्यापर्यंत पोचतात?'

''नक्कीच. कारण कारागृह हा मी माझ्या जीवनातला एक भाग समजतो. हे सगळं माझं कुटुंबच आहे. हे जेव्हा त्यांना कळतं तेव्हा त्यांची मानसिकता तयार होते.''

आता याचा पडताळा मला मुलांशी संवाद साधून घ्यायचा होता.

तीन-चार वेळा माझ्या फेऱ्या झाल्यावर आचमे साहेबांनापण माझ्या कामाचा

अंदाज आला. विश्वास वाटला. त्याचं वागणं बदललं. बोलण्यात स्वागत आलं. पुढे त्यांनी मला अतिशय स्नेहशील सहकार्य दिलं.

ज्ञ) कारागृह महानिरीक्षक म्हणून नवे साहेब आल्याचं कळलं आणि त्यांची परवानगी घेणं आवश्यक असल्याचं मला सांगण्यात आलं.

गेली दहा वर्षं मी येते आहे. एवढ्यात तीन साहेब आले आणि बदली होऊन गेले. माझी वाटचाल चालू आहे. आता सहा एक महिन्यांत पुस्तकाचं काम आटोपणार आहे. तर हे नवंच संकट उभं राहिलं.

कसे आहेत उद्धव कांबळे साहेब? मला अडवणार तर नाहीत? माझ्या कामाचं स्वरूप त्यांना रुचेल ना? अनेक शंका. माझ्या पोटात गोळाच उठला. मी कांबळे साहेबांची माहिती जमवू लागले.

पहिली महत्त्वाची माहिती मिळाली ती संघ लोकसेवा आयोगाची परीक्षा मराठी माध्यमातून उत्तीर्ण होणारे ते पहिले महाराष्ट्रीय आहेत. (मला एकदम छान वाटलं) उस्मानाबाद जिल्ह्यातल्या उमरगा तालुक्यातलं 'कदेर' हे त्यांचं मूळ गाव. प्राथमिक शिक्षण तिथंच झालं. नंतर औरंगाबादेतून ते (मराठवाडा विद्यापीठ) एम. ए झाले. काही काळ प्राध्यापकी करून १९८३त त्यांनी पोलीस-सेवेत प्रवेश केला. स्वकर्तृत्वावर चढत चढत २००४ मध्ये त्यांना विशेष पोलीस महानिरीक्षक या पदी पदोन्नती मिळाली आणि ३० जानेवारी २००८ पासून ते महाराष्ट्राच्या कारागृह विभागाचे महानिरीक्षक म्हणून त्यांची नेमणूक झाली.

माझ्या दृष्टीनं सर्वात महत्त्वाचं म्हणजे त्यांना वैचारिक लेखन-वाचनाची आवड आहे आणि त्यांचा स्वत:चा मोठा ग्रंथसंग्रह आहे.

माझ्या मनातली भीती मावळली. अनेक वेळा संपर्क साधून वेळ निश्चित झाली. मी पुण्याच्या कार्यालयात जाऊन ठेपले.

कांबळे साहेबांनी आधी सूचना देऊन ठेवल्या असाव्यात. तिथल्या शिपायानं मला त्यांच्या दारापर्यंत पोचवलं.

मला आश्चर्याचा धक्का बसावा असा अनुभव आला. साहेबांनी माझं तोंडभर स्वागत तर केलंच शिवाय चहा-कॉफी काय चालेल याची चौकशी केली. ते इतके मोकळे बोलत असूनही त्यांची जरब वाटावी असंच त्यांचं व्यक्तिमत्त्व आहे. बोलताना ते अनेक लेखकांची वचनं उद्‌धृत करत होते. इथल्या वातावरणाबद्दल, कैद्यांबद्दल सांगताना ते म्हणाले, "तशी ही मुलं वाईट नाहीत. कुठल्यातरी एखाद्या क्षणी चूक करून बसतात आणि जन्माची शिक्षा भोगतात." त्यांचा सहानुभूतीपूर्ण दृष्टिकोन मला आवडला.

माझ्या कामाच्या स्वरूपाची त्यांनी माहिती करून घेतली होती. लगेचच

परवानगीपत्र त्यांच्या लघुलेखिकेनं माझ्या हाती दिलं. उठता उठता साहेबांनी विचारलं. "खाली गाडी असेल ना तुमची?" मी हसले. त्यांचा प्रश्न चतुर होता. म्हणाले, "मी जन्मभर लेखनच केलंय. अशा लेखकांना गाडी परवडत नाही." साहेबांनी एका पोलिसांना माझ्याकरता रिक्षा पाहायला सांगितलं. मी त्यांना धन्यवाद दिले; लेखकाची बूज राखणारे पोलीसअधिकारी म्हणून!

■ ■ ■

परिशिष्ट १ ते ६

सुहास जोशी यांचा देहदानाचा अर्ज

BEFORE HIS EXCELLENCY THE PRESIDENT OF INDIA, UNION JUDICIARY

President's Secretariat, Rashtrapati Bhawan, Delhi

CLEMENCY PETITION NO ... ..

Dated :-

SHRI SUHAS PURUSHOTTAM JOSHI,
Convict Prisoner No. 716/05
Aguada Central Prison,
Goa - 403519.   ... CONVICT PETITIONER

V/S.

1. THE CHIEF SECRETARY,
   Government of Goa,

Goa - 403001.   ... RESPONDENT - 1

2. THE CHIEF SECRETARY,
   Government of Maharashtra,
   Mumbai, Maharashtra.   ... RESPONDENT - 2

> PETITION under Article 72 (b) of the Constitution of
> Union of India, for suspension and commutation of bal-
> ance sentence, consiering merits under sub. Clauses (iv)
> and (xi) of the MODEL PRISON MANUAL for the
> Superintendent and Management of Prisons in India, or
> for Retrial as per the motive behind the so called crime.
> **MAY IT PLEASE YOUR EXCELLENCY**

1. The Petitioner is Convict Prisoner No. C - 716/05 in Central
   Prison Aguada, Sinquerim, Bardez, Goa. The petitioner is vol-
   untarily got transfer from Yerwada Central Prison, Pune,
   Maharashtra, where he was confined to prison as convict pris-
   oner No. C-9965. The Petitioner is convicted u/s 302 of the
   Indian Penal Code forhomicidal death of two persons. The
   Honourable session of Greater Mumbai, in Case No. 1196 of
   1995 rules that the Petitioner intentionally and knowingly com-
   mitted the murders, but did not identify the motive behind such
   act, to define the same act as 'guilty for murder'.

2. Murder means shedding of innocent blood to cause death.
   Innocent blood is identified by identifying the motive behind
   the act of shedding of blood to cause death. Shedding of cor-
   rupt blood to cause death is not murder, because where law
   fails and law and order machinery is found to be corrupt, any
   means as deemed fit provided in the doctrine of Lord Krishna.
   Justification shedding of corrupt blood to cause death so as to
   destroy evil, Lord Krishna himself has slain Kamsa and
   Narkasur without committing crime classified as murder.

3. The 'guilty for murder' can be indentified only by the motive

behind the shedding of blood. Where lust and greed be the motive behind the shedding of blood, the blood shed is indentified as innocent blood. But where the act be by anger or intentionally knowing, the blood shed may be corrupt blood, hence the motive behind the shedding of blood is most essential in trial proceeding to be proved in order to prove 'guilty for murder'. Which means a proof that the blood shed is innocent blood. Lord Parashurama, with his axe, in anger, has slain every evil and corrupt to die by blood shed and yet committed no murder whatsoever.

4. The Court has convicted the Petitioner as per law, u/s 302 of the Indian Penal Code but has not proved him 'guilty for murder' and yet has sentenced him to Life Imprisonment. If guilty for murder, the Court could not award any sentence other than Death Sentence as just punishment, because one who denies right to life to the other, himself foreits his own right to life; therefore life imprisonment is an arbitrary sentence, intervention of all norms in Human Rights, Death Sentence is the only sentence as just punishment for the shedding of innocent blood.

5. Further, confinement into prison by life sentence does not make any sense, because redemption of the soul for 'guilty for murder' is only by death sentence as just punishment; hence one can impose on himself death at any time as just punishment and defeat the cause of law fostered to maintain the forced of evil who with therein position, post and riches satify their lust and greed in that manner. Survival of the righteous is not possible without this struggle against the corrupt and evil forces. Only towards fear death. The corrupt and evil can be eradicated only by corrupt blood shed, otherwise law must indentify innocent blood for just punishment.

6. The Petitioner did not plead guilty before the Court and the Court did not prove the Petitioner guilty for murder. The Court has only convicted as per the law to undergo life imprison-

ment, but has not done justice to the petitioner. If petitioner is guilty for murder, justice lies to allow the petitioner to terminate his life by Euthanesia, so that the arbitrary life sentence is terminated and the motive behind the so called murder is made known to all.

7. The motive in the shedding of the blood is as follows :
    The said victims were corrupt and evil and were constantly engaged in the office in crimes of illicit sexual relationship, inconsistent to social order and public morals besides causing undue harassment to the staff of the office. The climax of anger in the petitioner to act was an impulse leading to unbearable situation when both the so called victims refused to consider leave to a lady staff to go home early to breast-feed her weeks old baby. Such persons who have no consideration for a weeks old baby are animals and not human beings to be considered innocent.

8. Where your Excellency is of the opinion that the motive of the petitioner is bad and is with lurt and greed, your Excellency may refer this case back to the same session Court to re-trial as per the motive and in this context death sentence being the only sentence to be awarded, the petitioner has the right to terminate his life by Euthanesia. And right to terminate one's life to overcome the corrupt and evil is a fundamental right in all forms of belief in India. The petitioner has enclosed xerox copy of the judgement of the session Court markes as EN-CLOSURE - 1.

9. The petitioner desires to offer all the organs of his body for a good cause to needy, serious helpless patients by will therefore prefer that he be granted right to choose his death sentence by Euthanesia, in order to abide as per the law.

    Or the petitioner is medically not fit to be in prison as per his medical record and is eligible for release from the prison by the commutation and suspension of his balance life sentence.

As per the law only a medically fit person can be confined into prison.

10. Pray your Excellency, please suspend / commute the balance sentence of the petitioner either for premature release or for retrial as per the motive in Crime stated in para (7) above so as to consider death sentence by Euthanesia.

CONVICT PETITIONER

A_F_F_I_D_A_V_I_T

I, Suhas Purushottam Joshi Convict prisoner No. C - 716 presently lodged at central prison, Aguada, Goa-403519. do hereby verify that I have read paras I do X above and the contents of the same are true to the best of my knowledge and belief.

CONVICT PETITIONER

Submitted under request 414 Dt. 17.05.2005.
जा.क्र. परवानगी / गिरिजा कीर / ०४ / क्र.५(३)
कारागृह महानिरीक्षणालय, म. राज्य पुणे-१

■ ■ ■

परवानगी पत्र – बंद्यांना भेटण्यासाठी

दिनांक ४/९/२००४

प्रति,

श्रीमती गिरिजा कीर,
५, झपूर्झा, साहित्य सहवास
वांद्रे (पूर्व)
मुंबई-४०० ०५१

विषय   येरवडा मध्यवर्ती कारागृह
         संशोधनात्मक लेखनासाठी बंद्यांची मुलाखत/
         अधिकाऱ्यांची मुलाखत घेण्यास परवानगी देण्याबाबत

संदर्भ   आपला अर्ज दिनांक ७/७/२००४

उपरोक्त संदर्भांकित पत्रानुसार येरवडा मध्यवर्ती कारागृहांतील इच्छुक बंद्यांची भेट घेण्यास कारागृह महानिरिक्षक, महाराष्ट्र राज्य, पुणे यांनी परवानगी

दिली आहे.

प्रशासनाची सोय पाहून भेटीची तारीख व वेळ ठरविण्याबाबत अधीक्षक, येरवडा मध्यवर्ती कारागृह (दूरध्वनी क्रमांक - ०२०/२६६९४८१९) यांच्याशी संपर्क साधावा.

(जी.अे.वेट्टीकुन्नेल)
संशोधन अधिकारी
कारागृह महानिरिक्षणालय, म.राज्य, पुणे १
प्रत : अधीक्षक, येरवडा मध्यवर्ती कारागृह, पुणे यांना माहितीस्तव

■ ■ ■

संदर्भासंबंधी

या पुस्तकात मी जे लेखन केले आहे त्याला संदर्भग्रंथ नाहीत. कैद्यांचं मनोविश्लेषण करणं, त्यांची मानसिकता बदलणं, आपल्याविषयी विश्वास निर्माण झाल्याची खात्री पटल्यावर त्यांना जीवनाभिमुख करणं यासाठी मार्गदर्शक तत्वं वा पुस्तकं नाहीत. निदान मराठी साहित्यात, हे काम करून त्यावर लेखन कुणीही केलेलं नाही. अन्य प्रकाराचं सामाजिक कार्य (आदिवासींसाठी उपेक्षितांसाठी आणि दारिद्र्य रेषेखालील लोकांसाठी) मीही थोडं-बहुत केलं आहे. पण जन्मठेपेच्या गुन्हेगारांसाठीचं काम अगदी वेगळ्या प्रकाराचं आहे. माझी वाटचाल अगदी एकटीची आहे. आपल्याच हातातल्या मिणमिणत्या पणतीच्या प्रकाशात मी मार्ग शोधत गेले. जबरदस्त इच्छाशक्ती आणि दु:खितांच्या मनावर फुंकर घालण्याची वृत्ती हेच माझे प्रमुख संदर्भ! यातला पहिला प्रयोग मी अमेरिकेतील कृष्णवर्णीय स्त्रीवर केला.

न्यूयॉर्क इथं नर्स म्हणून पेशंट्स अटेंड करणारी 'मेरी' हा माझ्या कुतूहलाचा विषय होता. वर्ण, वेष, भाषा, देश वेगळं असूनही माणूसपणाच्या नात्यानं मी तिला जोडली गेले. तिची व्यथा समजून घेतली. दुसऱ्यावर माया करणं, त्यांच्या हृदयाशी संवाद साधणं मला शक्य आहे हे मला प्रकर्षानं जाणवलं. जेलच्या कामात हा संदर्भ मला फार उपयोगी पडला.

मी केलेलं वाचन: (केवळ माझ्या समाधानासाठी)

१. आय डेअर से - (किरण बेदी)

२. Phychic Detectives by Jenny Randles and Peter Hough (काही सायकिक केसेस समजून घेण्याच्या दृष्टीने हे पुस्तकं वाचलं)

अ. श्री. विजय तेंडूलकर यांनी फाशीच्या कैद्याबरोबर घालवलेली एक रात्र वाचली.

ब. श्री.जे.एस.कुर्डूकर, (जेल सुपरिन्टेन्डन्ट) यांची मुलाखत घेऊन त्यांचे फाशी संदर्भात अनुभव ऐकले.

क. एक इंग्रजी बोलपट, न्यू जर्सी येथे (मुद्दाम) पाहिला. ऐंशी वर्षांची एक वृद्धा, छत्तीस वर्षांच्या एका तरुणाला जीवनाभिमुख कशी करते याची हकिकत. (ती परदेशी वातावरणातच शक्य.)

■ ■ ■

पुन्हा परवानगीपत्र

कारागृह महानिरीक्षणालय
महाराष्ट्र राज्य, जुनी मध्यवर्ती इमारत
२ रा मजला, पुणे ४११ ००१.
दूर. क्र. ०२०/२६१२५१८० (कार्या) २६१२३५६५ (फॅक्स)

प्रति,

श्रीमती गिरिजा कीर,
५, झपूर्झा, साहित्य सहवास
वांद्रे (पूर्व) मुंबई ४०० ०५१

जा. क्र. स्टेनो / संकीर्ण / परवानगी / ९५८१ २००८

पुणे ४११ ००१ दिनांक १०/१२/२००८

विषय : बंद्यांच्या मुलाखतींच्या अनुषंगाने पुस्तक प्रकाशित
करण्याबाबत

श्रीमती गिरिजा कीर यांनी बंद्यांचे हृदयपरिवर्तन करण्यासाठी समुपदेशन करून त्यांच्या मुलाखती घेतल्या आहेत. हे पुस्तक प्रसिद्ध करण्यासाठी आपणांस या पत्राद्वारे परवानगी देण्यात येत आहे.

(उद्धव कांबळे)
कारागृह महानिरीक्षक,
महाराष्ट्र राज्य, पुणे-१

प्रत : अधीक्षक, येरवडा मध्यवर्ती कारागृह, पुणे-६. औरंगाबाद मध्यवर्ती कारागृह, खुले कारागृह, पैठण. कल्याण जिल्हा कारागृह यांना माहितीसाठी अग्रेषित.

■ ■ ■

Indian Express मधील लेख

The Sentence that become a Book

Nisha Namiar

The real big Story   This association started with letters and will now soon fructify into a book. It all started when Suhas Joshi, a convict serving a life term at the Yerwede Central Jail in Pune read up wellknown Marathi writer Girija Keer's award winning book on slum dwellers 'Itha diva lavayala hava' in 2000.

So moved was Joshi that he immediately wrote to her and expressed his views on the book. Keer wrote back to him and for three years there was a continuous exchange of letters until Keer decided to meet him. "I took special permission from the prison authorities and came to Pune to meet him ." Say Keer, a Mumbaiite.

It was here that she realised that Joshi had a strong inclination towards literature as did many other convicts. And the idea for a book on prisoners' life was born titled 'Janmathep' (life sentence). Keer, who is presently working on the book reveals, "The book revolves around Joshi and six other prisoners who are serving a life sentence."

From letters about her books to sharing their problems, keer plans to have all of it in the book. Having communicated with Joshi and other prisoners thought letters, she plans to also feature these letters in the book. "They have given me their feed-back on my books as well as expressed their problems to me. I would be featuring all this in my book" says Keer of the book will be completed this year.

> Girija Keer's book on seven prisoners of the yerwada central jail reveals life behind bars.

The book besides letters will also have anecdotes from her various meetings with them, concludes with advice to them on how to lead a good life after their sentence is over. In her book Keer has also highlighted the need of having a rehabilitation centre for these prisoners before they get back to society.

Amongst her fondest memories during this literary journey is the rapport she developed with the inmates. "They call me Mai (In marathi - mother) and treat me like their mother" says Keer, who is also thankful to the jail authorities for their cooperation.

Superintendent of the Yerwada Central Jail, Vijay Bendre, who has witnessed the genesis of the book and its development states, "Keer is a well known writer and when she expressed her desire to write a book on Suhas and six other life termers we had no problems in granting permission for the meetings. "

Keer hopes to hold the book release in the Yerwada Central Jail in the presence of the prisoners.

■ ■ ■

बंदिजनांची माई

गिरिजाताईंचा सडेतोडपणा तसा जगजाहीर! मात्र आतून त्या तेवढ्याच हळव्या, मृदू वृत्तीच्या! जन्मठेपेची शिक्षा भोगणाऱ्या कैद्यांच्या व्यथा-वेदनांनी त्यांना खुणावलं आणि त्या पुढे सरसावल्या. गेली ९ वर्षे कैद्यांमध्ये मिळून मिसळून त्यांच्याशी संवाद साधण्याचं, जमेल तसं त्यांचं हृदयपरिवर्तन करण्याचं अवघड काम विलक्षण निग्रहाने त्या पार पाडत आहेत. जीवनातून हद्दपार झालेल्या लोकांची मानसिकता आजमावण्याची गिरिजाताईंची ही धडपड जगावेगळीच म्हणावी लागेल! कोणत्याही प्रकारचा गाजावाजा न करता आणि मोबदल्याची अपेक्षा न ठेवता, नि:स्पृहपणे करीत असलेल्या या कामाचं मोल गिरिजाताईंना 'माई' या सन्मानातून लाभलं.

'' 'मा' म्हणजे माता आणि 'ई' म्हणजे ईश्वर. मातेचं ईश्वरासोबतचं संधान म्हणजे माई!'' एवढं पराकोटीचं मोठेपण बंदिजनांकडून स्वीकारताना गिरिजाताईंचं उत्तरदायित्व अर्थातच अधिक वाढलं आहे. कल्याणचं कारागृह असो वा येरवड्याचं किंवा अगदी गोव्यातला आग्वाद तुरुंग असो, प्रत्येक ठिकाणचा जन्मठेपेचा कैदी 'माई'च्या सान्निध्यात राहून आत्मपरीक्षण करायला शिकतो आहे. येरवडा जेलमधला संजय कांबळे गिरिजाताईंना मायमाऊली आणि सरस्वती या दोन्ही रूपांत बघतो; तर आग्वाद तुरुंगातला सुहास जोशी 'दीपस्तंभ' म्हणून त्यांना सलाम करतो. वयाचा मुलाहिजा न ठेवता, न कंटाळता, सातत्य ठेवून बंदिजनांना भेटण्याचे

विधायक परिणाम त्यांच्या वागण्यातून गिरिजाताईंना वेळोवेळी जाणवतात आणि खरंतर हेच त्यांच्या कार्याचं फलित आहे. कैद्यांच्या कथा-व्यथांनी एकरूप होता होता त्यातल्या आठ तरुणांच्या केसेस त्यांनी हाती घेतल्या आहेत. त्यांची आई होऊन त्यांच्या आयुष्यातलं दु:ख विझवणं आणि आशेची ज्योत तेवायला लावणं हा गिरिजाताईंचा ध्यास वारंवार त्यांची पावलं कारागृहाच्या दिशेनं वळवतो. तिथल्या अनुभवांवर आधारित 'जन्मठेप' नावानं त्यांचं पुस्तकही येऊ घातलं आहे. येरवडा जेलमधील सहा मुलं, आग्वाद (गोवा) तुरुंगातील सुहास जोशी, पैठण जेलमधील संतोष भिंताडे यांचा अभ्यासाचा विषय म्हणून अत्यंत बारकाईनं त्या निरीक्षण करतात. त्या निरीक्षणातून जे हाती येईल, ते कैद्यांचं भावविश्व उलगडून दाखवणारं उपयुक्त आणि दुर्मीळ असं प्रकटीकरण असेल. कल्याण जेलमध्ये त्यांना काही तरुणी भेटल्या. त्यांनीही आता या माईंना 'काबीज' केलं आहे. या बंदिवान स्त्रियांची स्पंदनं गिरिजाताईंना स्वस्थ बसू देणार नाहीत. या बंदिस्त स्पंदनांना त्यांच्या लेखणीतून आणि त्यांच्या हाताच्या स्पर्शातून एक आश्वासक दिलासा मिळत राहणारा आहे.

आदिवासी स्त्रियांचे प्रश्न सोडविण्यास मदत करणं, अनुताई यांच्या दत्तक योजनेवर जनजागृती करणं, दाजी साहेबांच्या तपोवनात जाऊन कुष्ठरोग्यांशी सातत्याने संवाद साधणं यावर गिरिजाताईंनी प्रामुख्यानं लक्ष केंद्रित केलं. याहूनही अधिक भरीव कार्य कराण्याच्या इराद्याने त्यांनी खेडंन् खेड पिंजून काढलं. कधी ट्रकमधून प्रवास करीत, कधी बैलगाडीतून, तर कधी अक्षरश: सायकलच्या मडमार्गावर बसून! खेड्यातल्या माणसांत ऊठबस करून, त्यांच्यात रमून जाऊन तिथल्या जगण्याचा अर्थ त्यांनी समजून घेतला. नेरळमधील कोतवालवाडीतल्या आदिवासी मुलांच्या अंधारल्या जीवनात दिवे लावण्यासाठी आपल्या सहकाऱ्यांच्या मदतीने त्या सतत झटत राहिल्या. दु:ख, वेदना, नैराश्य, हतबलता यांना नेस्तनाबूत करीत राहिल्या. समाजात सतत वावर असल्याने लोकांचे प्रश्न गिरिजाताईंना अधिक उत्कटतेने उमगत गेले आणि त्या प्रश्नांची उत्तरंही त्यांना गवसत गेली. त्या अनुषंगाने जबाबदारीचं ओझंही त्यांनी आपण होऊन खांद्यावर घेतलं. समाजभान हा शब्द थेट कृतीतूनच त्यांनी सिद्ध करून दाखवला आणि जमेल तेवढा आत्मिक आनंद गाठीस बांधून घेतला; घेत आहेत.

दुर्बल-उपेक्षित लोकांसाठी, विशेषत: कारागृहातील बंदिजनांसाठी काही ठोस काम करण्याचा वसा घेणं हा गिरिजा कीर यांच्या अंतर्मनाचा कौल असल्याने हे काम करताना त्यांच्यात अजिबात उपरेपण असत नाही. त्या चालत असलेल्या वाटेवर कोणत्याही प्रलोभनांची रास नाही. केवळ स्वत:च्या क्षमतेच्या शिदोरीवर भिस्त ठेवून त्या जिद्दीने चालत राहतात. भले ती एकांडी वाटचाल असेल. त्याची

फिकीर त्यांना नसते. गिरिजा कीर नावाच्या शिस्तप्रिय व्यक्तीला फिकीर आहे ती फक्त दारिद्र्यानं, अज्ञानानं आणि अन्यायानं ग्रासलेल्या जन-सामान्यांची! म्हणूच अगदी मनस्वीपणे तिनं त्यांना आधार देऊ केला.

'अंधाराच्या वाटेवर तिनं
थोडी प्रकाशफुलं टाकली,
घुसमटत्या मनांची दारं तिनं
थोडी किलकिली केली,
अगतिक निष्पाप डोळ्यांत तिनं
थोडी प्राणशक्ती ओतली,
भळभळत्या जखमांवर तिनं
थोडीशी फुंकर घातली
म्हणूनच ठरली ती
बंदिजनांची 'माई'
मातेच्या नि ईश्वराच्या
मायेचा हवाला देणारी!

गौरी कुलकर्णी, 'सकाळ'

■ ■ ■

''माई'' सन्मान - (मानपत्र)

माननीय गिरिजा कीर,

आज जागतिक महिलादिनी आपणांस हे सन्मानपत्र देताना आम्हाला विशेष आनंद होत आहे. हा एका कृतिशील साहित्यिकाचा गौरव आहे.

८ मार्च २००६ या दिवशी सर्व बंदिजनांच्या इच्छेनुसार आम्ही आपणांस ''माई'' सन्मानाने गौरवीत आहोत.

येरवडा जेलमधला जन्मठेपेचा बंदी संजय कांबळे लिहितोय...

'मा' म्हणजे माता

'ई' म्हणजे ईश्वर.

मातेचं ईश्वरासोबतचं संधान म्हणजे ''माई''. आमची वात्सल्यमूर्ती, जननी व आम्हा अज्ञानांना मार्गदर्शन करणारी सरस्वतीरूपी माय-माऊली आमच्या भेटीस येणार आहे हे वाचून अत्यानंद झाला...

तर सुहास जोशी (आग्वाद-गोवा) हा बंदी म्हणतो...

''माझ्या शिक्षेच्या काळात आपण उदार मनानं जे दिलंत तीच माझी शिदोरी. उर्वरित आयुष्यात 'दीपस्तंभ' म्हणून ज्याची गरज आहे, ती आपली पत्रं, शब्द, लेखन मला जागोजागी उपयोगी पडेल.''

''आपण तर माझ्या आयुष्यात चांगल्या गोष्टींचं संवर्धन करीत आल्या आहात. आपण या वयातही एवढ्या दूर प्रवास करून एकट्या येता, अथकपणे

न कंटाळता आमच्याशी बोलता याचंच अप्रूप वाटतं...''

अशा अनेक बोलक्या पत्रांतून आमच्या बंद्यांच्या मनातील आपली प्रतिमा स्पष्ट होते.

मराठी साहित्यात आपण एकमेव लेखिका आहात की, ज्या सातत्याने गेली आठ वर्षे जन्मठेपेच्या बंदिजनांसाठी हृदयपरिवर्तनाचं कार्य करीत आहात. त्यांच्या मनाची स्पंदनं जाणून त्यावर लेखन करीत आहात. आपल्या या थोर कार्याला आमचा सलाम!

सर्व बंदिजनांच्या वतीने त्यांच्या ''माई'' म्हणून सत्कार करताना आम्ही आपणापुढे नतमस्तक आहोत!

बी.डी.पिचड
(प्रमुख तुरुंगाधिकारी)

विजय बेंद्रे
(अधीक्षक कारागृह)

८ मार्च २००६
कल्याण कारागृह, वर्ग-१

■ ■ ■

www.ingramcontent.com/pod-product-compliance
Lightning Source LLC
LaVergne TN
LVHW090008230825
819400LV00031B/602
* 9 7 8 8 1 8 4 9 8 1 5 9 9 *